ஒரு பக்தையின் சமர்ப்பணம்

அவன் அருளாலே! அவன் தாள் வணங்கி!

டாக்டர். தா. பாமா பொன்மணி

ISBN 979-8-88975-531-9

என் வாழ்வில் என்னதான் நான் ஆன்மீகமே எனது நோக்கம்
மற்றும் முழு கவனம் என்று கூறினாலும் அதில் நான்
வேர் விட்டு ஒரு மரமாக மாறும் வரை ஒரு குழந்தையைப்
போல் என்னை பேணி காத்த என் தாய் தந்தையருக்கு இந்த
புத்தகத்தைச் சமர்ப்பிக்கிறேன்!!!

உள்ளடக்கம்

முன்னுரை

ஒரு குழந்தை தான் படிப்பில் முதலிடத்தில் வரவேண்டும் அல்லது இசை, நடனம், விளையாட்டு இவற்றில் முதல் இடத்தில் வரவேண்டும் என நினைத்தால் பெற்றோர்கள் அந்த குழந்தையை ஊக்குவித்து உதவி செய்ய நிச்சயம் முன்வருவர். மகிழ்ச்சிக் கொள்வர்.

அதே நேரம் அந்தக் குழந்தை தனது இளம் வயதில் தனக்கு ஆன்மீகத்தில் ஈடுபாடு உள்ளது. அதற்காக நான் என்னை முழுமையாக அர்ப்பணிக்கிறேன் என்று கூறும்பொழுது நிச்சயமாக பெற்றோர்களால் பெரும்பாலும் அதை ஏற்றுக் கொள்ள முடிவதில்லை. அது அவர்களுக்கு மிகுந்த அதிர்ச்சியைக் கொடுக்கின்றது.வெகு சில பெற்றோர்கள் மட்டுமே ஊக்குவிக்கின்றனர்.

அதற்குக் காரணம் முதலாவதாக அந்த பெற்றோர்களின் வாழ்வில் ஆன்மீகம் என்பது அவ்வளவு முக்கியத்துவம் வாய்ந்ததாக இருந்திருப்பதில்லை அல்லது இந்த சமூகத்தில் நிலவும் போலியான விஷயங்களைப் பார்த்து பயந்து தங்களது குழந்தையும் அது போன்ற ஒரு விஷயத்தில் சிக்கிக் கொள்ளக் கூடாது என பயந்து விடுகின்றனர். அதில் தவறு ஒன்றும் இல்லை.

ஓர் உயிரானது தனது இளம் வயதில் ஆன்மீக விருப்பம் கொண்டு தன் வாழ்வில் ஒரு முடிவை எடுப்பது மிகப்பெரிய படி. படிப்பு, திருமணம், வேலை என அனைத்துமே இளம் வயதில் தான் ஒருவருக்கு முக்கியத்துவம் பெறுகின்றன. அந்த நேரத்தில் அவை அனைத்தையும் விட ஆன்மீகமே தனக்கு முக்கியம் என முடிவெடுப்பது மிகப்பெரிய விஷயம். இளம் வயது என்பது உலக விஷயங்களால் பாதிக்கப்படாத கள்ளம்

கபடமற்ற ஒரு பருவம். அந்த பருவத்தில் ஓர் உயிரானது இயல்பாகவே ஆனந்தமாக அனைவரையும் ஏற்றுக் கொள்ளும் ஒரு மன பக்குவத்தில் உள்ளது. காலம் செல்ல செல்ல தான் ஒரு உயிரானது இந்த வாழ்க்கை கொடுக்கும் பல்வேறு அனுபவங்களினால் பாதிக்கப்படுகிறது. ஆகையினால் களிமண் மிருதுவாக வளைந்து கொடுக்கும் தன்மையில் இருக்கும் போது அதை நாம் வேண்டிய விதத்தில் வார்த்தெடுக்க முடியும் என்பது போல இளம் வயதிலேயே ஒருவருக்கு உயர்ந்த விஷயங்களில் ஈடுபாடு வரும் பொழுது நிச்சயம் அவர்களது வாழ்வு சிறப்பாகவே இருக்கும்.

ஆனால் நிச்சயம் அந்த பருவத்தில் அவர்களுக்கு வெளியில் இருந்து ஓர் ஆதரவு சில காலம் தேவைப்படுகிறது. ஏனென்றால் பொருளாதாரம், கல்வி, உத்தியோகம் என எதிலுமே இன்னமும் காலூன்றாத ஒரு வயதில் நிச்சயம் எந்த ஓர் உயிருக்கும் ஓர் ஆதரவு தேவைப்படுகிறது. இந்த புத்தகமானது ஆன்மீக வாழ்க்கையில் அடியெடுத்து வைக்கும் ஒவ்வொரு இளம் வயது சாதகர்களுக்கும் நிச்சயம் உறுதுணையாக இருக்கும். ஆரம்ப நாட்களில் அவர்களுடைய மனநிலை, வாழ்வில் அவர்கள் எடுக்கும் முடிவுகள், அவர்கள் சந்திக்கும் சூழ்நிலைகள் இவை அனைத்துமே ஒரு முன்னோட்டமாக இங்கு கூறப்பட்டுள்ளது.

சம வயது காலத்தில் நாம் பேச தயங்கும் விஷயங்கள் ஒரு குறிப்பிட்ட காலத்திற்குப் பிறகு நிச்சயம் நம்மால் மிக இயல்பாக வெளிப்படையாக பேச முடியும். அதன் அடிப்படையில் தான் இந்த புத்தகம் எழுதப்பட்டுள்ளது. உங்களால் மற்றவரிடம் கேட்க தயங்கும் விஷயங்களுக்கு நிச்சயம் இந்த புத்தகத்தில் பதில் உள்ளது. சக ஆன்மீக சாதகரின் அனுபவங்கள் நிச்சயம் உங்களுக்குள்ளும் ஒரு விழிப்புணர்வை ஏற்படுத்தும். ஒரு தெளிவைக் கொடுக்கும். பல நேரங்களில் உங்கள் அனுபவங்களோடு அது ஒத்திருக்கும். பல நேரங்களில் உங்களுக்கு அது ஒரு பதிலை கொடுக்கும்.

ஆகையால் இந்த புத்தகத்தை நான் இளம் வயதில் ஆன்மீக வாழ்வில் அடியெடுத்து வைக்கும் சாதகர்களை மனதில் வைத்தே எழுதியுள்ளேன். அதேநேரம் ஆன்மீக வாழ்க்கையில் பயணிக்கும் அனைவருக்கும் இந்த புத்தகமானது சத்சங்கமாக

இருக்கும் என நம்புகிறேன். இங்கு கூறப்பட்ட விஷயங்கள் அனைத்தும் நிச்சயம் போதனைகள் அல்ல. எனது வாழ்வில் நான் சந்தித்த சூழ்நிலைகள், எனது மனநிலை இவற்றைப் பொறுத்து நான் எடுத்த முடிவுகள், எனது தெளிவு இவற்றையே நான் இங்கு பகிர்ந்து உள்ளேன். ஆகையால் இப்புத்தகத்தை ஒரு பகிர்தலாக மட்டுமே தாங்கள் எடுத்துக் கொள்ள வேண்டும் என்று கேட்டுக்கொள்கிறேன்.

எனது பெற்றோர்கள் என்றுமே எனது விருப்பங்களுக்கு தடையாக இருந்ததில்லை. அதே நேரத்தில் ஒரு குழந்தைக்குப் பாதுகாப்பு கொடுக்க வேண்டும் என்ற அவர்களுடைய பரிதவிப்பை நான் என்றும் புரிந்து கொள்கிறேன். ஒரு சராசரி பெற்றோர் போல் இல்லாமல் எனது இளம் வயதில் அவர்கள் சந்தித்த சவால்கள் ஏராளம். வித்தியாசமானவை. இருப்பினும் அனைத்தையும் அவர்கள் பொறுமையுடனும் பக்குவத்துடனும் கையாண்டார்கள். அவர்கள் என்னைக் கையாண்ட விதம் அன்பின் வழி… அதனால் தானோ என்னவோ இன்றும் என் பெற்றோர்கள் மீது எனக்கு ஒரு தனிப்பட்ட, அளவு கடந்த நன்றி உணர்வு உள்ளது. இந்த நேரத்தில் அவர்களுக்கு நான் எனது நன்றியையும் வணக்கத்தையும் பணிவோடு தெரிவித்துக் கொள்கிறேன். எனக்கு அண்ணன் மற்றும் அக்கா. எனது அண்ணன் என்னை எப்போதும் தனது அன்பில் பாதுகாத்து வைத்திருப்பார். என்னுடன் ஒரு நண்பன் போல பழகுவார். ஆன்மீக வாழ்வின் அத்தனை விஷயங்களையும் நான் விருப்பத்தோடு பகிர்ந்து கொள்வது எனது அண்ணனிடம் மட்டுமே. எனது அக்கா ஒரு அன்னை போல எப்பொழுதும் ஒரு கண்டிப்புடன் தான் என்னிடம் பழகுவார். அவரது கண்டிப்பில் அத்துணை அன்பு இருக்கும். அவர் என் மீது கொண்ட அன்பு பரிசுத்தமானது. எந்த காரணத்திற்காகவும் என்னை அவர் விட்டுக் கொடுத்ததில்லை. இவர்களின் சகோதரியாக இருப்பதில் நான் மிகுந்த மகிழ்ச்சி அடைகிறேன். இறைவனுக்கு நன்றி கூறுகின்றேன்.

அடுத்து எனது கணவர். எனது ஆன்மீக வாழ்வு குறித்து அனைத்தும் தெரிந்திருந்தும் அவருக்கு அதுபோன்ற ஒத்த பார்வையும், ஈடுபாடும் அதில் இல்லை எனினும் இன்று வரை என் அன்பை மட்டுமே எதிர்பார்ப்பவர். ஒரு பெண்ணாக எனக்கு எல்லா சுதந்திரத்தையும், உரிமையையும் கொடுப்பவர். அவரின்

ஒத்துழைப்பு இல்லாமல் நான் இன்று இவ்வளவு விஷயங்களைச் செய்ய முடியாது. இன்று வரை ஒரு தோழனாக என்னுடன் பழகும் எனது கணவருக்கு எனது அன்பையும் நன்றியையும் உரித்தாக்குகிறேன். என் வாழ்வையே ஒரு சொர்க்கமாக மாற்றிய, என்னைத் தாயாக தேர்ந்தெடுத்து, என் மடியில் வந்து, என் வாழ்வையே முழு வசந்தமாக்கிய எனது குழந்தையை இந்த நேரம் நினைவில் கொள்கிறேன். என் வாழ்வில் என்றுமே அன்பை அடிப்படையாகக் கொண்டு இன்றுவரை எனக்கு உறுதுணையாக இருக்கும் அத்தனை பேருக்கும் எனது குடும்பத்தார்கள் மற்றும் நண்பர்களுக்கு எனது நன்றியைக் கூறுகிறேன்.

ஒரு மனிதன் தன் வாழ்வில் மிகப்பெரிய நோக்கங்களைக் கொண்டிருக்கலாம் அதற்காக பாடுபடலாம். அவரது பயணமானது இனிதாக அமைவதற்கும், போராட்டமாக இருப்பதற்கும் நிச்சயமாக அவரைச் சுற்றியுள்ள நண்பர்களும் உறவினர்களும் ஒரு விதத்தில் காரணமாக உள்ளனர். எனது பயணத்தில் எனக்கு ஆதரவாக இருந்தவர்கள், வழிகாட்டியாக இருந்தவர்கள் அனைவரையும் நான் இப்போது நினைவு கூர்ந்து நன்றி கூறுகிறேன்.

நாம் நமது நன்றியைக் கூறுவதனாலோ வேறு எந்த விஷயத்தினாலும் நமது ஆன்மீகக் குருவானவர் நிறைவு பெறுவதில்லை. அவர் விரும்பும் ஓர் உயிராக இந்த மண்ணில் விழிப்புணர்வோடு வாழும்போது மட்டுமே நாம் ஒரு குருவை நிறைவு செய்ய முடியும். அதனால் நிச்சயமாக நான் அப்படிப்பட்ட ஓர் உயிராக இருக்க முயல்வேன் என்று கூறி எனது குருவின் தாள் பணிகின்றேன்.

அணிந்துரை

ஒரு பக்தையின் சமர்ப்பணம் என்ற தமிழ் நூல் திருமதி பாமா பொன்மணி அவர்கள் எழுதிய படைப்பு. அதனை வாசிக்கும் வாய்ப்பு எனக்கு இறை அருளால் அமைந்தது. இவரது படைப்பு கிட்டத்தட்ட 32 தலைப்புகளைத் தன்னகத்தே கொண்டுள்ளது. ஒவ்வொரு தலைப்பும் பல பயனுள்ள நல்ல தகவல்களைக் கொண்டுள்ளது.

குருவின் தரிசனம், நேர்மை, முத்தெடுப்பதே முதல் நோக்கம், துறவு, தனிமையும் தனித்துவமும், இமயம் ஒரு தரிசனம் இப்படி சில தலைப்புகள் இந்த நூலில் உள்ளன. அத்தனை தலைப்புகளும் தொடர்ந்து வாசகர்களை வாசிக்க தூண்டும் முறையில் அமைந்துள்ளன. வாசகர்களுக்கு விருந்தாக தனது எழுத்தில் வடித்துள்ளார். நல்ல தரமான எளிய தமிழ் இது. சிறப்பான சிந்தனைகள் மற்றும் தெளிவான தகவல்கள். இக்கணம் நமக்கானது என்ற தலைப்பில் உள்ள தகவல்கள் குறிப்பாக இன்றைய தலைமுறை மனிதர்களுக்கும் மாணவர்களுக்கும் அவசியமானவை என்று நானும் ஒரு தமிழ் வாசகராக நினைக்கிறேன். அன்பும் புரிதலும் என்ற தலைப்பும் அற்புதம். இறை பக்தியின் பரவச உணர்வை எளிதாக எடுத்துக் கூறியுள்ளார். ஸ்ரீ ராமகிருஷ்ண பரமஹம்சர், மீராபாய் அவர்கள் போன்றோரை உதாரணங்களாக கூறியுள்ளார்.

உண்மையே உத்தமம் என்ற தலைப்பு எனக்கு மிகவும் பிடித்திருந்தது. சில தலைப்புகள் என் மனதை மிகவும் பாதித்தது. பிடித்திருந்தது. அதில் உண்மையே உத்தமம் என்ற தலைப்பிற்கு முதன்மை இடம் உண்டு. உண்மை நம்மை இறைவனுக்கு மிக அருகாமையில் நிறுத்தும். இறைவனை அறிய தூய மனது வேண்டும் என்று பெரியோர்கள் சொல்வதுண்டு. தூய மனதிற்கும்

உண்மைக்கும் நெருங்கிய தொடர்பு உண்டு என்று நூலாசிரியர் சொல்லும் தகவல் அனைத்துமே முற்றிலும் சரிதான். இமயம் ஒரு தரிசனம் என்ற தலைப்பில் உள்ள தகவல்களும் வாசகர்களைக் கட்டாயம் வாசிக்க வைக்கும் வகையில் அமைந்துள்ளது. இமய மலைக்கு நேரில் சென்ற உணர்வையும் அந்த பகுதி எனக்கு உண்மையிலேயே தந்தது. அங்கு நேரில் சென்று பார்த்து அனுபவித்தால் எப்படி இருக்கும் என்பதைத் தன் தமிழில் கொடுத்துள்ளார். கங்கை நதி பாய்ந்தோடும் அழகினை அவர் வர்ணிக்கும் விதமும் அற்புதம். இமய மலைக்கு ஆன்மீக அன்பர்கள் ஒருமுறையாவது கட்டாயம் சென்று அங்கு குடி கொண்டிருக்கும் சிவபெருமானைத் தரிசித்து வர வேண்டும் என்ற ஆவலை வாசகர்களின் மனதில் இந்த பகுதி விதைக்கிறது. தனது தவறுகளைச் சரி செய்து கொண்டு, செம்மைப்படுத்திக் கொண்டு வாழ்வை நல்ல விதத்தில் வாழும் ஆன்மாக்களை இறைவன் ஒருபோதும் கைவிடுவதில்லை. அவர்களுக்கு எத்தகைய இடர்கள் வந்தாலும் இறைவன் உடனிருந்து காப்பாற்றுவார். பல பேருடைய வாழ்க்கையில் நாம் பார்த்த நல்ல விஷயங்களில் இதுவும் ஒன்று. நேர்மை என்ற தலைப்பில் நூல் ஆசிரியர் கூறும் எவ்வளவு சிறிய பிரச்சனையோ அல்லது பெரிய பிரச்சனையோ தவறை உணர்ந்து தன்னைத்தானே திருத்தி கொள்பவர் என்னைப் பொறுத்தவரை உண்மையான ஆன்மீகவாதி என்ற கருத்து அனைவராலும் ஏற்றுக் கொள்ளக் கூடியது. இதுதான் உண்மையான நல்ல புரிதல் கொண்ட ஆன்மீகம். நூல் ஆசிரியர் தனது வாழ்வில் தான் கண்டுணர்ந்த விஷயங்களை, கடந்து வந்த பாதைகளை, தன்னை வியப்பில் ஆழ்த்திய விந்தைகளை, ஆன்மீக அனுபவங்களை வாசவர்களிடம் பகிர்ந்த விதம் மிகவும் நன்று.

"வையத்துள் வாழ்வாங்கு வாழ்பவன் வானுறை யும் தெய்வத்துள் வைக்கப்படும்" என்ற வள்ளுவனின் வாக்கு உண்மைதான். அற்புதமான சின்ன சிறிய வாழ்வை குரு அருளின் துணையுடன் நல்ல விதமாக தானும் வாழ்ந்து தன்னுடன் இருப்பவர்களும் பயன் பெற்று வாழ வேண்டும் என்ற கருத்தினையும் நூல் ஆசிரியர் பல இடங்களில் மிகவும் வலியுறுத்தி கூறுகிறார். நல்லதரமான பயனுள்ள தகவல்களைக் கொண்ட தமிழ் படைப்பு இது. எல்லாம் வல்ல இறையருள்

இந்த நூலினைக் கட்டாயம் வெற்றி அடைய வைக்கும் என்ற நம்பிக்கையுடன் கூடிய பிரார்த்தனையை இறைவன் முன்பு பணிவுடன் வைக்கிறேன். தமிழ் தெரிந்த அனைத்து மக்களும் கட்டாயம் வாங்கி வாசித்து பயன்பெறலாம். நூல் ஆசிரியரின் முதல் படைப்பு இது. நூலாசிரியருக்கு என் மனமார்ந்த நல்வாழ்த்துக்கள். வாழ்க வளமுடன்! தமிழ் கூறும் நல் உலகம்!

அன்புடன்

அபர்ணாவின் அம்மா
ஆர் கோமதி லட்சுமி ஹேமா
தமிழ் நூலாசிரியர்

வாழ்த்துரை

சான்றோர் போற்றும் நல்ல குடும்பத்தில் பிறந்தவர். நல்ல குடும்பமே பூலோக சொர்க்கம். திருமதி. பாமா பொன்மணி அவர்களை நான் பள்ளி பருவம் முதல் நன்கு அறிவேன். கோவை ஸ்ரீ ராமகிருஷ்ண மிஷன் வித்யாலயத்தால் ஆண்டுதோறும் நடத்தப்பெறும் குருபூஜை இலக்கியப் போட்டிகளில் தவறாது கலந்து கொண்டு பரிசுகளை பெற்றுச் செல்வார். அக்காலத்தில் "நிலையின் திரியாது அடங்கியான் தோற்றம் போல்" அமர்ந்திருக்கும் தனித்துவம் என் மனதில் நின்றது. அந்த தனித்துவத்திலிருந்து இன்று ஒரு "பக்தையின் சமர்ப்பணம்" என்னும் இந்நூல் ஆசிரியர்.

இறைவனே குருவாக வருகிறான் என்பது ஆன்மீக நம்பிக்கை. குரு சீடர் உறவு காலம் கடந்தது. அதன் பயன் சீடரின் பரிபக்குவத்தை பொருத்தது. குரு அமைவது முற்பிறவியில் செய்த புண்ணியத்தின் பயன். நமக்குள் ஏற்படும் அனுபவமே குருவைக் கண்டறிய சரியான வழியே தவிர மற்றவர்களின் போதனை அல்ல என்பார் இந்நூல் ஆசிரியர். குரு தனது சீடர்கள் பலருக்கும் ஒரே மாதிரியாக உபதேசம் வழங்கினாலும் சீடர்களின் பரி பக்குவத்திற்கு ஏற்ப அதன் பயன்கள் மாறுபடும். ஒரு குளத்தில் உள்ள நீரை ஒரு பக்கம் பசுவும் மறுபக்கம் பாம்பும் அருந்தினாலும் பசுவருந்திய நீர் பாலாகவும் பாம்பு அருந்திய நீர் நஞ்சாகவும் மாறும். அதுபோலவே உபதேச பயன்களும் மாறுபடும் என வாகீச முனிவர் கூறுகிறார்.

ஆன்மீகத்தின் எல்லை இறைவனடி சேர்ந்தல். அது உயிரின் உள்ளார்ந்த தேடுதல். அது ஒரு அனுபவம். உலகிற்குப் பறைசாற்ற ஒன்றுமில்லை என்பார் நூல்ஆசிரியர். ஆன்மீக வழிகள் பல. ஒவ்வொருவருக்கும் ஒருவழி. ஆன்மீகம் என்பது

தன்னைத் திருத்திக் கொள்ளவும், செம்மைப்படுத்திக் கொள்ளவும் கிடைத்த வாய்ப்பாக நூலாசிரியர் கருதுகிறார். உண்மையில் ஒரு பக்குவம் அடைந்த உயிர் மட்டுமே ஆன்மீக வாழ்வை அணுகுகிறது. அது அன்பும், அறிவும், அழகும், புரிதலும், பண்பும் கொண்டது என ஆன்மீக வாழ்வை புரிந்து கொண்டுள்ளார்.

பக்தி என்பது இறைவனிடம் செலுத்தப்படுவது மட்டுமல்ல. ஒரு உயிருடனான தன்னலமற்ற அன்பும் பக்தியே. துறவு என்பது துறப்பது. துறவினால் கிடைக்கும் நலன்களையும் துறப்பது துறவிகளுக்கு அழகு. துறவிகள் உள்நிலையில் ஒரு அரசன் போல வாழ்வர் என்றும், இறை அனுபவத்தில் திளைத்து அதிலேயே ஆனந்தம் அடைபவர்கள் என்றும் விளக்கம் தருகிறார். நூல் முழுவதிலும் தன்னுடைய சுய அனுபவங்களை ஆங்காங்கே கூறுகிறார். இந்நூலில் நேர்மை, உண்மை, விழிப்புணர்வு, உயிர், சமநிலை போன்ற வாழ்வியல் உண்மை நிலைகளை காட்டுகிறார். ஓரிடத்தில் கூட உடலிற்கான முதன்மையைக் கூறவில்லை. பரி பக்குவமுற்ற உயிர் தன்னை உடலின் வேறாகவே அறியும். உயிர்கள் சமநிலையை இருப்பு நிலையாக கொள்ள வேண்டும் என வலியுறுத்துகிறார். சமநிலை என்பது ஆன்மீக வாழ்க்கையின் உச்ச நிலை. இது பரிபக்குவ நிலையும் ஆகும்.

பரிபக்குவமுற்ற உயிர்கள் சராசரி மனிதர்களைப் போலவே உலகில் வாழ்வர். ஆனால் அவர்கள் உள்ளத்தளவில் சராசரி மனிதர்களில் இருந்து வேறுபட்டே இருப்பர். அவர்கள் உள்ளம் இறை உணர்வில் இருந்து மாறுபடாமல் இருக்கும். உலகியல் நடப்புகள் அவர்களை பாதிக்காது. மீன் உப்புக் கடலுள் வாழ்ந்தாலும் உப்புச் சுவை மீனின் உடலினுள் புகாது இருப்பது போல ஆன்மீக உச்சம் பெற்று உலகில் வாழ்வோருக்கும் உலக பற்று உட்புகாது என ஞானாமிர்தம் இறையருள் பெற்றோர் தன்மையை விளக்கும். உலகியலில் இருந்தும், உடலில் இருந்தும் உயிரைப் பிரித்து பேசும் பரி பக்குவம் இந்நூல் முழுவதிலும் காண முடிகிறது.

சமநிலை என்ற பரிபக்குவ நிலை இறைவனை அடைவதற்கும் உலகியலுக்கு திரும்புவதற்கும் இடைப்பட்ட மெல்லிய கோடுதான் ஆன்மீக சமநிலை.இந்த நிலையை சைவ

சித்தாந்தம் "இரு வினை ஒப்பு" என கூறும். இருவினை ஒப்பு நிகழ்ந்த அக்கணமே இறையருள் கிடைக்கும் என்பர்.

உள்ளார்ந்த அனுபவ நிலையில் இருந்து இமயத்தை வர்ணிக்கையில் இமயம் என உயர்கிறார். இமயம் என உயர்ந்தவர் ஒரு அழகான அணிகலனை அணிந்திருப்பதாக கூறுகிறார். ஆம்! நேர்மை எனது அணிகலன் எனக் கூறுகிறார். இது ஆன்மீக உலகில் பல துறவிகள் கூட பூணாத அணிகலன்.

இதைக் கூற அவர் எப்படிப்பட்ட நேரிய வாழ்க்கையை கடைப்பிடித்திருக்க வேண்டும் என்பது புலனாகிறது. மனிதர்கள் சமமாக மதிக்கப்படும் போது நான் மகிழ்கிறேன் எனக் கூறுகிறார். ஏனெனில் அங்கு தான் உண்மையான வாழ்வியல் முறை உயிர் கொள்கிறது. உண்மைக்கு அருகே இறைவன் இருக்கிறான் என்பதை உணர்த்துகிறார். குருவின் முன்பு குற்றமற்றவராக அமர வேண்டும் என்ற வாழ்க்கை நெறியை மேற்கொள்கிறார். குருவை அடைவதற்கும் அக்குருவின் அருள் வேண்டும் என "அவன் அருளால் அவன்தான் வணங்கி" என்ற சிவபுராண அடிகளைக் கொண்டு இந்த நூலை நிறைவு செய்கிறார்.

உளப்போராட்டம், வாழ்வியல் போராட்டம், ஆன்மீகப் பாதையில் தடுமாற்றம், சுய நம்பிக்கை வேண்டுவோர் என சமூக நல்வாழ்விற்கு இந்நூல் மா மருந்தாக அமையும். உள்ளத் தெளிவும், உயர் ஞான பேறும் பெற்று பல்லுயிர் ஓம்பி பல்லாண்டு இனிது வாழ வாழ்த்துகிறேன்.

முனைவர் ஜ செல்வராஜ்,
எம் ஏ. எம் ஏ. பி எட். பி ஹெச் டி,
தமிழ் துறை தலைவர் (ஓய்வு),
ஸ்ரீ ராமகிருஷ்ண மிஷன் வித்யாலய கலை அறிவியல் கல்லூரி,
கோவை - 641020.

ஆரம்ப நாட்கள்

நான் ஏன் இந்த புத்தகத்தை எழுதுகிறேன் என்ற கேள்வி என்னுள் எழுந்தது. என் வாழ்வில் நான் பெற்றவை, கடந்து வந்த பாதை, என் வாழ்வில் நான் பெற்ற அனுபவங்கள் இவற்றில் என்னுடைய பார்வையும் அணுகுமுறையும் என்ன என்பதை நான் மற்றவர்க்கு உணர்த்தும் போது நிச்சயம் அது மற்றவர்க்கும் ஒரு விழிப்புணர்வாக அமையும் என்ற நம்பிக்கையில் தான் இதை எழுதுகின்றேன். வாழ்வு என்பது அன்பு, இன்பம், தோல்வி, அவமதிப்பு சினம், பேரானந்தம் என பல்வேறு நிலைகளைக் கடந்து பயணிக்கிறது. ஒவ்வொரு நிலையிலும் அதை நான் எந்த மனநிலையோடு அணுகினேன் என்ற பார்வை மற்றவர்க்கு மட்டுமல்ல எனக்கே அது ஒரு புதிய வெளிச்சத்தைக் கொடுக்கும் என நம்புகிறேன். வாழ்வின் மிக அழகான, ஆற்றல்மிக்க, துடிப்பான வயதில் ஆன்மீகம் என்னுள் மலர்ந்தது. இளம் வயது என்பது எத்தனை கனவுகளையும், மகிழ்ச்சியையும் கொண்டது என்பது அனைவரும் அறிந்ததே. அந்த வயதில் ஆன்மீகம் என்பது ஒரு புரட்சியாகவே என்னுள் எழுந்தது.

வாழ்வு என்றால் என்னவென்றே தெரியாத பருவத்தில் என் மனதில் "என்ன நடந்து விடப்போகிறது... எந்த தடையும் எனக்கில்லை... நான் என்னை முழுமையாக இறைவனுக்கு அர்ப்பணிக்க போகின்றேன்" என்ற ஒரு அதிகப்படியான நம்பிக்கையும், துணிவும் என்னுள் இருந்தன. அடிப்படையில் நான் ஒரு பொறுப்புள்ள பெண்ணாக இருந்தேன். எதைச் செய்தாலும் சரியாக முழுமையாக செய்ய வேண்டும். அதற்கு நம்மை அர்ப்பணிக்க வேண்டும் என்ற எண்ணம் கொண்டிருந்தேன். என்னைச் சார்ந்த உயிர்களை மட்டுமல்ல, இவ்வுலகில் உள்ள எல்லா உயிர்களையுமே அன்போடும்

பரிவோடும் காண வேண்டும் என்பதில் மிகுந்த கவனம் கொண்டு இருந்தேன். அந்த வயதில் படிப்பு, வேலை, எதிர்காலம், குடும்பம் என அனைத்து விஷயங்களிலும் ஒரு எதிர்பார்ப்பு இருந்தது. ஒரு பொறுப்புணர்வு இருந்தது. கல்லூரியின் முதல் வருடத்தில் ஆங்கில மொழியில் மருத்துவம் கற்பது எனக்கு மிகுந்த சவாலாக இருந்தது.

சிறுவயது முதற்கொண்டே ஆன்மீகத்தில் ஈடுபாடு இருந்ததால் ஆன்மீகம் சம்பந்தமான புத்தகங்களைத் தொடர்ந்து படித்து வந்தேன். அதேநேரத்தில் ஆன்மீக வாழ்க்கைக்குக் குரு என்பவர் அவசியம் தேவை என்றும், என் வாழ்விலும் நிதர்சனத்தில் ஒருவர் குருவாக வந்து என்னை ஆட்கொள்வார் என்பது பற்றியும் எனக்கு எந்த அறிவும் அப்போது கிடையாது. மாலை வேளையில் சிறிது நேரம் ஆன்மீகம் சம்பந்தமான புத்தகங்களைப் படிப்பேன். அதன்பின்னரே எனது பாடப் புத்தகங்களை படிப்பேன். வாழ்க்கை என்றால் என்ன… இவ்வுலகம் என்றால் என்ன… என் வாழ்க்கையில் எது மிகவும் முக்கியம் என்பது போன்ற விஷயங்களில் ஒரு ஆன்மவிசாரம் தொடர்ந்து என் மனதில் நடந்து கொண்டே இருந்தது. அந்த இளம் வயதில் ஆன்மீகம் என்றால் இறைவனைப் பக்தியோடு அணுகுவது என்பதை தவிர எனக்கு வேறு எதுவும் தெரியாது. மனம் என்றால் என்ன… தியானம் என்றால் என்ன என்பது போன்ற விஷயங்களில் எனக்கு அப்போது எந்த அறிவும் கிடையாது. அது ஆன்மீக வாழ்க்கையாக இருப்பினும் லௌகீக வாழ்க்கையாக இருப்பினும் அன்பு தான் அனைத்திற்கும் அடிப்படை என மிக ஸ்திரமாக எண்ணினேன். இவ்வுலகில் உள்ள அத்தனை உயிர்களும் வேண்டுவது அன்பை மட்டுமே என மிக ஆழமாக எண்ணினேன். அதேநேரத்தில் நடைமுறை வாழ்க்கையில் ஏற்படும் போராட்டங்கள் நிச்சயம் என் மனதை பாதித்தன. அவற்றிற்கெல்லாம் என் மனதில் நானே ஒரு தீர்வைக் கண்டு கொள்வேன். அதை வாழ்க்கையில் நடைமுறைப்படுத்த முயற்சிப்பேன். இப்படியாகத்தான் என் வாழ்வு இருந்தது.

மேலும் இவ்வுலகில் மனித குலத்தில் இத்தனை ஏற்றத்தாழ்வுகள் இருப்பதற்குக் காரணம் என்ன… மனித உயிர்கள் உணவு, உடை என்று அடிப்படை வசதிகளுக்காக கூட அவதிப்படுவது எதனால் என்பது போன்ற எண்ணங்கள்

என்னுள் அலை பாய்ந்தன. இவ்வாறாக என் வாழ்க்கை நகர்ந்த பொழுது, ஒரு நாள் தற்செயலாக ஒரு புத்தகத்தை வாசித்தேன். அந்த புத்தகத்தின் சாராம்சம் இதுதான்... 'மனம் என்பது வெறும் எண்ணங்களின் பதிவு மட்டுமே... அந்த எண்ணங்களை நாம் தள்ளி வைத்துப் பார்க்கும் பொழுது நம் மனதில் ஏற்படும் தேவையற்ற கவலைகளும் பயமும் விலகிவிடும்... இதை நாம் தொடர்ந்து செய்யும்பொழுது ஒருநாள் மனமே இல்லாத ஒரு நிலை ஏற்படும். அதுதான் இறைவன்'. இந்த விஷயத்தை தான் நான் அந்த புத்தகத்தில் தெரிந்துகொண்டேன். ஆனால் இந்த விஷயங்கள் அனைத்தும் ஒரு செய்தியாக மட்டும் என்னை வந்து அடையவில்லை. இங்கு ஒரு மகானின் மொழிகள் எனக்கு ஞாபகம் வருகின்றன. அதாவது ஆயிரம் ஆயிரம் ஆண்டுகளாக ஒரு அறையானது இருட்டாக இருந்தாலும் ஒரு நாள் ஒரு தீபத்தை ஏற்றும் பொழுது அங்கு வெளிச்சம் பிறந்துவிடுகிறது. அதுபோன்ற ஒரு அனுபவத்தையே அன்று நான் பெற்றேன். அந்த வார்த்தைகளைப் படித்ததிலிருந்து என்னுள் நிறைய மாற்றங்கள் ஏற்பட்டன. மனதில் ஒரு தெளிவு பிறந்தது. ஆனால் அதை வெறும் தெளிவு என்று மட்டும் கூறிவிட முடியாது. இத்தனை நாள் எனக்குள் இருந்த ஒரு மிகப் பெரிய அறியாமை அன்று என்னை விட்டு போய்விட்டது போல் உணர்ந்தேன்.

ஏனென்றால் என்னைப் பொறுத்தவரை இந்த மனம் வேறு நான் வேறு என்ற விஷயம் எல்லோருக்கும் எளிதில் தெரிந்த ஒரு விஷயம் அல்ல. இந்த மனதில் வரும் அத்தனை எண்ணங்களையும் நமது என்று நினைத்துக்கொண்டு அதனால் அவதிப்படுவது, அந்த எண்ணங்கள் எதிர்மறை எண்ணங்களாக இருப்பின் அவை நமது உணர்வு நிலையையும் பாதிக்கும்... அப்போது மிகுந்த வேதனைப்படுவது... இது மட்டுமே எனது நடைமுறை வாழ்க்கையாக இருந்தது. ஆனால் இன்று நானும், எனது மனமும் ஒன்று அல்ல. எனது மனதை என்னால் தள்ளி வைத்துப் பார்க்க முடியும்... அதன் மூலமாக எனது எண்ணங்களையும் என்னால் தள்ளி வைத்து பார்க்க முடியும் என்று நான் உணர்ந்தபோது மிகவும் ஒரு பாரம் அற்ற நிலையைப் பெற்றேன். அது ஒரு மிகப் பெரிய மாற்றம். அதன்பிறகு என் வாழ்வானது முற்றிலும் மாறிவிட்டது. அந்த மாற்றத்தின் பெயர் "விழிப்புணர்வு". விழிப்புணர்வு என்பது என் வாழ்வில் வந்த

பிறகு ஒரு மிக பெரிய அறியாமையில் இருந்து விடுபட்டதைப் போல் உணர்ந்தேன். அர்த்தமற்ற கவலைகளும், பயமும், கற்பனைகளும் என்னை விட்டு போனது போல் உணர்ந்தேன். அதே நேரம் விழிப்புணர்வு என்பதை இருபத்தி நான்கு மணி நேரமும் என்னால் தக்கவைத்துக்கொள்ள முடியவில்லை. விழிப்புணர்வோடு இருக்கும் நேரங்கள் சுமையயற்று ஆனந்தமாக சென்றன. விழிப்புணர்வற்ற நேரங்களில் மன சஞ்சலங்கள் வந்து வந்து போயின. எனவே விழிப்புணர்வை என் வாழ்வில் முழுமையாக எடுத்து வர வேண்டும் என்ற ஒரு புரிதல் ஏற்பட்டது. விழிப்புணர்வு என்ற அனுபவம் என்னை ஒரு புதிய தெளிவான, உண்மையான உலகிற்குத் தள்ளிக் கொண்டே இருந்தது. இதுவே எனது தேடுதலின் ஆரம்பம். அதன் பிறகு நான் நானாக இல்லை. பழைய விஷயங்களிலிருந்து பெரிதும் விடுபட்டேன்.

குருவின் தரிசனம்

என்னுள் மலர்ந்த ஆன்மீக விழிப்புணர்வு என் உலகையே மாற்றியது. என்னைப் பொறுத்தவரையில் இது ஒரு அற்புதமான புரிதலாக இருப்பினும் எனது நடைமுறை வாழ்க்கையில் தடுமாற்றம் ஏற்பட்டது. எனது கவனம் உள் நோக்கி திரும்பியதால் வெளியுலக செயல்கள் பாதிக்கப்பட்டன. வெளி உலகம், உள் தன்மை இரண்டையும் ஒரே நேரத்தில் கையாளுவது எப்படி என்பது அப்போது எனக்கு தெரியவில்லை. எனது வெளி உலகில் செயல்கள் பாதிக்கப்பட்டாலும் எனது உள் தன்மையில் விழிப்புணர்வோடு இருக்க வேண்டும் என்பதிலேயே என் கவனம் இருந்தது. விழிப்புணர்வு என்பதை மறந்து நடைமுறை வாழ்க்கையில் என்னை ஈடுபடுத்திக் கொள்ள என்னால் இயலவில்லை. எனது பேச்சு, செயல்கள் என அனைத்திலும் ஒரு மாற்றம் ஏற்பட்டது. அது எனது ஆரம்ப நாட்களாக இருந்ததால் இத்தகைய போராட்டம் என்னுள் இருந்தது. எல்லோருக்கும் இது போன்று இருந்திருக்க வேண்டும் என்று அவசியமில்லை. ஆனால் நிச்சயம் என் வாழ்வில் நிறைய மாற்றங்கள் ஏற்பட்டன. அதனால் வெளி உலகில் நான் நிறைய விஷயங்களை இழந்தேன். அதே நேரத்தில் என் உள்நிலையில் நான் ஒரு புது உயிராக மலர்ந்து இருந்தேன். நிச்சயம் அந்த நிலையை ஆன்மீக சாதகர்கள் மட்டுமே புரிந்து கொள்ள முடியும். இந்த கணம் தவிர்க்க முடியாது என்பதில் நான் அனைத்தையுமே கண்டேன். வாழ்க்கையில் ஒரு நிதானம் பிறந்தது. பொறுமை வந்தது. என்னை அறியாமல் மனதில் ஒரு நேர்மை வந்தது. பதட்டம் இல்லை… குழப்பம் இல்லை… அதே நேரத்தில் மனதில் அமைதியும் ஆனந்தமும் இருந்தது.

வாழ்வில் படிப்பது, சம்பாதிப்பது, பொருள் சேர்ப்பது, நண்பர்களோடு பேசி மகிழ்வது, கேளிக்கைகளில் பொழுதைக்

கழிப்பது இவை அனைத்தையும் விட எனது உள்நிலையில் அமைதியாக இருப்பதும், சமநிலையோடு இருப்பதும் தான் தேவையான ஒன்று என்று உணர்ந்தேன். அதுமட்டுமல்ல... இறைவனை அறிந்து கொள்ள உள்நிலையில், அமைதியோடும் சமநிலையுடனும் இருப்பதே முதல்படி என்பதும் தெரிந்தது. அதனால் விழிப்புணர்வு என்பதை வேறு எந்த அற்ப காரணங்களுக்காகவும் விட்டுக் கொடுப்பதை நான் விரும்பவில்லை. என்னுள் தேடுதல் துவங்கி இருந்த போது என்னை அறியாமலேயே நான் ஒரு வழிகாட்டுதலுக்கு ஏங்கி இருந்தேன். அதேநேரம் ஒரு குருவின் அவசியம் வேண்டும் என்பதை நான் நேரடியாக உணரவில்லை. எனக்கு அந்த அளவிற்கு ஞானமும் இல்லை. என் வாழ்வில் ஒருவர் வந்து என்னைக் குருவாக ஆட்கொள்வார் என்று நான் சிறிதும் எதிர்பார்க்கவில்லை. ஆனால் சரியான நேரத்தில் சரியான இடத்தை நான் அடைந்தேன். அதில் என் முயற்சி என்பது சிறிதும் இல்லை. ஆன்மீக வகுப்புகளின் மூலம் ஒருநாள் நேரடியாகவே நான் என் குருவை தரிசித்தேன். ஒரு ஆன்மீக வகுப்பில் நான் முழுமையாக என்னை அர்ப்பணித்து இருந்தபோது நான் என் குருவை முதன் முதலில் கண்டேன். உணர்ந்தேன். அந்த வகுப்பிற்காக நான் வெகு நாட்களாக காத்திருந்ததைப் போல் உணர்ந்தேன். என்னால் முடிந்தவரை மிகத்தீவிரமாக நான் அந்த வகுப்பில் பங்கு எடுத்தேன். அந்த வகுப்பின் முடிவில் தான் நான் முதல் முதலாக என் குருவை தரிசித்தேன்.

குரு என்பவர் உணரப்பட வேண்டியவர். அவரை வார்த்தைகளின் மூலம் மற்றவருக்கு விளக்கிட முடியாது. குருவின் தரிசனத்தைப் பெற்ற பிறகு ஒரு உயிருக்கு வேறு என்ன வேண்டும்? பெற வேண்டியதை பெற்று விட்டோம். இனி அனைத்தும் நாம் விரும்பினாலும் விரும்பாவிட்டாலும் குருவின் வழியில் தான். என்னதான் என் வாழ்வானது விழிப்புணர்விற்குப் பிறகு நிறைய மாற்றங்களைப் பெற்றிருந்தாலும், குரு என்பவர் என் வாழ்வில் ஒரு அன்பின் வடிவமாகவே விளங்கினார். என்னதான் விழிப்புணர்வு என்பது என் வாழ்வையே மாற்றி இருந்தாலும், எப்போதும் அன்பு மட்டுமே என்னில் முதன்மையாக விளங்கியது. என் குருவை ஏதோ பயிற்சியைக் கற்றுக்கொடுக்கும் ஆசிரியராகவோ, என் அறிவு சார்ந்த கேள்விகளுக்கு விளக்கம்

தரும் விஞ்ஞானியாகவோ என்னால் காண இயலவில்லை. என்னை இவ்வாழ்வு எனும் சுழற்சியிலிருந்து கரையேற்ற வந்தவர்! இவ்வுலகிலேயே என் தாய், தந்தையரை விட என் மேல் அன்பும் அக்கறையும் உடையவர்! இறைவனின் மறு உருவம்! ஏன் இறைவனே அவர்தான் என நினைத்தேன். இன்றுவரை என் குரு உடனான உறவு இப்படித்தான்.

இந்தப் பிரபஞ்சத்தின் அடிப்படையை, இப்பிரபஞ்சத்தின் காரணத்தை, மொத்த படைப்பிற்கும் காரணமான ஒரு விஷயத்தைக் கண்டு கொண்ட ஒரு மனிதர், அனைத்தும் அறிந்தவர். அவரை நாம் மகான் என்று கூறலாம், ஞானி என்று கூறலாம். ஆனால் உண்மையில் அவருக்கும், பரம்பொருளுக்கும் பெரிய வித்தியாசம் இல்லை. எனவே அப்படிப்பட்ட ஒருவரை, ஒரு தன்மையை வாழ்வில் கண்டுகொண்ட பிறகு அதை என்னாலேயே நம்பவே முடியவில்லை. அவரிடம் படைப்பு சார்ந்த கேள்விகளையும், ரகசியங்களையும் கேட்டு தெரிந்துகொள்ள எந்த ஆர்வமும் இல்லை. இந்த மொத்த படைப்பிற்கும் காரணமான ஒன்றை அறிந்தவர், அனைத்தும் அறிந்தவர். எனில் அவரிடம் சரணாகதி அடைந்து, என்னைக் கரை ஏற்றுங்கள் என்று கேட்பதைத் தவிர வேறு எதுவும் தோன்றவில்லை. குருவின் இருப்பும், அவருடனான தொடர்பு மட்டுமே போதும் என்று தோன்றியது. என்னைப் பொறுத்தவரையில் நான் செய்யும் யோகப்பயிற்சிகள் கூட, இப்பயிற்சி செய்வதால் வாழ்வில் நிறைய பலன்கள் கிடைக்கும் என்றோ அல்லது வாழ்வில் ஆன்மீக விழிப்பு ஏற்படும் என்று நினைத்துக் கூட செய்யவில்லை. என் குரு இப்பயிற்சியைச் செய்ய சொல்லி இருக்கிறார். அதற்காக செய்வோம் என்று நினைத்து தான் செய்வேன். குருவானவர் பெரிய பெரிய விஷயங்கள் பற்றி பேசும் போது கூட ஒன்றும் தோன்றாது. ஆனால் அவர் ஆன்மீக சாதகர்கள் உணவு எவ்வாறு எடுத்துக்கொள்ள வேண்டும் என்று மிகச் சிறிய விஷயங்கள் பற்றி பேசும் போது, இவ்வளவு பெரிய மகான் நமக்காக நேரம் ஒதுக்கி இந்த சிறிய விஷயங்களைப் பற்றிப் பேசுகிறார் எனில் நம் மீது இவருக்கு எவ்வளவு அக்கறை இருக்கும் என்று எண்ணத் தோன்றும். கண்ணீர் வரும். குருவின் எளிமையும், மனித நேயமும், மக்கள் மீது அவர் கொண்டிருந்த அன்பு மட்டுமே என்னை ஈர்த்தது. குருவைப்

பற்றி சொல்ல வார்த்தைகள் இல்லை. சொல்லிடவும் முடியாது. வாழ்வின் ஒவ்வொரு தருணங்களிலும், குருவானவர் நம்மோடு பயணிப்பதை உணரும் வேளைகளில் நெகிழ்ந்து போய் மேலும் மேலும் அவரை அடிபணிவது தவிர வேறொன்றும் செய்வதற்கில்லை.

விழிப்புணர்வின் அற்புதம்!

விழிப்புணர்வு! இது ஒரு வார்த்தை அல்ல. நமது துன்பங்கள், துயரங்கள், குழப்பம், மனச்சோர்வு, பயம் என அனைத்தையும் போக்கிடும் ஒரு அருமருந்து. ஆன்மீகத்தின் மொத்த சாரமும் விழிப்புணர்வு தான். அது ஒரு வெளிச்சம். ஒரு இருண்ட அறையில் சூரியனின் ஒளிக்கதிர்கள் படும் போது அது மொத்த அறையையும் வெளிச்சமாக்கி விடும். அதுபோலத்தான் விழிப்புணர்வும். விழிப்புணர்வு எனும் அற்புதம் நம்மில் ஏற்பட்ட பிறகு அது மொத்த வாழ்விலும் ஒரு தெளிவை தந்துவிடும். விழிப்புணர்வு வந்தவுடன் இங்கொன்றும் அங்கொன்றுமாய் எந்த குழப்பமும் சந்தேகமும் இருப்பதில்லை. வாழ்வின் அனைத்துச் சூழ்நிலையிலும், பரிமாணத்திலும் விழிப்புணர்வு நமக்கு ஒரு

புரிதலை கொடுக்கும். தெளிவைக் கொடுக்கும். விழிப்புணர்வு ஒரு அருமருந்து. அதை சரியாக புரிந்து கொண்டவர்கள் பாக்கியவான்கள்.

என் வாழ்வில் விழிப்புணர்வின் ஒரு சிறு ஒளிக்கதிரை நான் என்னுள் பெற்ற பிறகு முதலில் என் மனதின் போராட்டத்தில் இருந்து விடுபட்டேன். சதா எந்நேரமும் ஏதாவது ஒரு எண்ண அலைகளினால் மனம் ஆர்ப்பரிக்கிறது. ஓர் எண்ணம் இன்னொரு எண்ணத்திற்கு நம்மை இட்டுச் செல்கிறது. அங்கிருந்து இன்னொன்று. காரணமே இல்லாமல் எங்கோ ஒரு உலகில் சஞ்சரிப்போம். பெரும்பாலும் அது கடந்த கால நினைவுகளாக இருக்கிறது. கடந்தகால துன்பங்கள் நினைவுக்கு வரின், யாராவது மீது கோபம் வரும். மனதை துன்பம் ஆட்கொள்ளும். இப்போது நிகழ்காலத்தில் எதுவும் இல்லை எனினும் கடந்த காலத்தின் தேவையற்ற ஞாபகங்களால் மீண்டும் அதுபோன்ற ஒரு துயரத்தை அடைவோம். இப்படியாக எண்ணங்கள் உணர்வுகளோடு தொடர்பு கொள்ளும். தேவையே இல்லாமல் இன்று நாம் பாதிக்கப்படுவோம். மற்றவரோடு உரையாடலில் ஈடுபடும் பொழுது அது பற்றிய வார்த்தைகள், பேச்சுகள் தொடரும். இது தேவையற்றது. உண்மையில் இன்று அது பற்றிய சிந்தனைகளுக்குக் தேவையே இல்லாமல் இருக்கலாம். ஆனால் மனமானது விழிப்புணர்வு இல்லாது இருக்கும்பொழுது எண்ணங்கள் கட்டுப்பாடில்லாமல் தோன்றுகின்றன. வளர்கின்றன. நமது உள்தன்மையில் உண்மையில் நமக்கு அப்படி ஒரு விருப்பம் இல்லாது கூட இருக்கலாம்.

விழிப்புணர்வு வாழ்வில் வந்த பிறகு அர்த்தமற்ற சிந்தனைகள் இயல்பாகவே கட்டுக்குள் வருகின்றன. மனதில் அமைதி தோன்றுகிறது. இதனால் நமது உணர்வு நிலையும் சமநிலையோடு உள்ளது. மனதை நாம் கட்டாயமாக கட்டுப்படுத்த தேவையில்லை. விழிப்புணர்வுடன் அதை சற்று கவனித்து பார்த்தால் உண்மையில் நமக்கே சிரிப்பாக வருகிறது. முட்டாள் தனமாக இருக்கிறது. ஏனென்றால் நமது மனதில் அர்த்தமற்ற எண்ணங்கள் அலைபாய்கின்றன. அதை நமது விழிப்புணர்வுக்கு நாம் கொண்டு வரும்போது, சிறிது சிறிதாக அந்த எண்ண ஓட்டமானது குறைந்துவிடுகிறது. அப்பொழுது ஒரு சாதகருக்கு மனதில் ஒரு அமைதி பிறக்கிறது. நான்

விழிப்புணர்வின் சுவையை, தரிசனத்தைப் பெற்ற போது என் மனம் அமைதி உற்றது. மனதில் சலனங்கள் இல்லை எனில் அங்கு ஆனந்தமே நிலவும். அந்த ஆனந்தத்திற்குக் காரணங்கள் எதுவும் தேவை இல்லை. மனதில் வெறுப்பு இல்லை... கோபம் இல்லை... பயம் இல்லை... அதே நேரத்தில் ஆனந்தம் பொங்கிட காரணமும் இல்லை. உள்ளத்தில் ஆனந்தம் இருந்தால் நிச்சயம் அது முகத்தில் வெளிப்படும். நமது செயல்களில் ஒரு சுறுசுறுப்பு இருக்கும். மகிழ்ச்சி இருக்கும். மற்றவரிடம் பேசும்பொழுது பரிவும், அன்பும் வெளிப்படும். மற்றவரிடம் குற்றம் பார்க்கும் மனப்பான்மை குறையும். எல்லா விஷயங்களையும், சூழ்நிலையையும் புரிந்து கொள்ளும் ஆற்றலும், உணர்வும் அதிகரிக்கும்... எந்த ஒரு விஷயத்தையும் உள்ளது உள்ளபடி காண தோன்றும். அப்போது தேவையற்ற எதிர்மறை உணர்வுகள் மறையும். சிறிய விஷயத்தைச் சிறியதாக பார்ப்போம். ஒருவரின் சிறிய தவறுகளுக்கு அவரின் கடந்த கால குற்றங்களைப் பார்க்கும் மனப்பான்மையைக் குறைப்போம். மற்றவர்க்கு ஒரு விஷயத்தைத் தெளிவுபடுத்தும் திறனைப் பெறுவோம். சூழ்நிலையைச் சிறப்பாக கையாளுவோம். எல்லோரையும்விட ஒருபடி அதிகமாக புரிதலுடன் இருப்போம். அதனால் எல்லாவற்றுடனும் கருணையோடு இருப்போம்.

விழிப்புணர்வு என்பது அற்புதங்கள் செய்யும். அதனால்தான் கூறினேன் அது ஒரு அருமருந்து என்று. ஆனால் இதில் சில விஷயங்களைப் புரிந்து கொள்ள வேண்டும். ஆரம்ப நாட்களில் விழிப்புணர்வு என்பது 24 மணி நேரமும் நம்மில் வந்து விடுவது இல்லை. மனதின் வலிமை அதிகம். மனம் என்பது கட்டுப்பாடற்ற எண்ணங்களை உடையது. எனவே ஒரு முயற்சியின் மூலமாக தான் ஆரம்ப நாட்களில் விழிப்புணர்வை நம்மில் இருத்திக் கொள்ள வேண்டியுள்ளது. ஒருமுறை விழிப்புணர்வின் தரிசனத்தை பெற்றபின் நாம் எவ்வளவு முட்டாள்தனமான வாழ்வு வாழ்கிறோம் என்பது புரிந்துவிடுகிறது. எனவே நாம் எண்ணங்களில் சிக்கி அடிபடும் போதெல்லாம் விழிப்படைக்கிறோம். நாளாக நாளாக விழிப்புணர்வோடு இருக்க நமது முயற்சி தேவையில்லாமல் போகிறது. இயல்பாகவே அந்த விழிப்புணர்வு வந்துவிடுகிறது. ஆரம்ப நாட்களில் இதுபோன்ற முயற்சிகளும், ஏற்றத்தாழ்வுகளும் உள்ளன.

காலம் செல்லச் செல்ல நம் வாழ்வில் விழிப்புணர்வு என்பது ஒரு அங்கம் ஆகிவிடும். ஏனெனில் விழிப்புணர்வு வந்தபிறகு நம்முள் நிறைய பக்குவம் ஏற்படும். பிரச்சினைகள் குறையும். எல்லா விஷயங்களையும் கையாளுவதில் திறமை பெறுவோம். வாழ்வு என்பது புரிந்து கொள்வதிலும், திருத்திக் கொள்வதிலும் தான் உள்ளது. ஆகையால் பிரச்சனைகள் குறைய குறைய விழிப்புணர்வு அதிக நேரம் நம்முள் குடிகொள்ளும். பிறகு முயற்சியோடு விழிப்புணர்வுடன் இருக்க வேண்டிய அவசியம் குறைந்துவிடும்.

மேலும் விழிப்புணர்வு என்பது பெரும் முயற்சியினால் மட்டும் வரும் நிலை அல்ல. அதன் பயனை நாம் உணர உணர, நம்முள் அது குடிகொள்ளும். இருப்பின் சுவையை அறிந்து கொள்வோம். ஒரு சாதகனுக்கு அவனது அதிகபட்ச சுய முயற்சியினால் வரும் பேரானந்த நிலை என்பது இருப்பு நிலையே. மற்ற அனைத்துமே பிறகு குருவின் கருணையால் தான் நிகழ வேண்டும். நமது வாழ்வில் ஒரு முறை குருவைக் கண்ட பிறகு எல்லாமே குருவின் அருள் தான். இருப்பினும் ஒரு சாதகனுக்கு குருவின் அருளைப் பெறுவதற்கு, ஆன்மீக தேடுதலில் மேம்படுவதற்கு இடைவிடாத முயற்சி வேண்டும். அதற்கு உண்மையை அறியும் தாகம் வேண்டும். ஆன்மீகம் என்பது வாழ்வில் முதன்மையான ஒன்று மட்டுமல்ல. அதுவே வாழ்வாக வேண்டும். ஆரம்ப நாட்களில் விழிப்புணர்வோடு இருக்க நாம் போராடுவோம். விழிப்புணர்வோடு இருக்க முயற்சி செய்யும் போது சில சமயம் மனதின் பின்னே சென்று விடுவோம். அப்போது வெளி சூழ்நிலையைக் கையாளுவது சிரமமாக இருக்கும். ஒரு குழப்பம் ஏற்படும். உள் சூழ்நிலை, வெளி சூழ்நிலை இரண்டையுமே ஒரே நேரத்தில் கையாளத் தெரிந்திருக்க வேண்டும். மனதின் வேகம் அதிகமாக இருக்கும் போது அதனோடு நாம் செலவிடும் நேரமும் அதிகமாக இருக்கும். சில சமயம் அது வெளி சூழ்நிலையைப் பெரிதும் பாதிக்கும். எதுவுமே ஒரு அனுபவம்தான். காலம் செல்ல செல்ல மிக இயல்பாகவே விழிப்புணர்வை நாம் பெற்று விடுவோம். அப்போது எந்த சிரமமுமின்றி வாழ்வானது நீரோடை போல விழிப்புணர்வுடன் பயணிக்கும்.

எல்லோருக்கும் இது ஒரே மாதிரியான அனுபவத்தைக் கொடுப்பதில்லை. ஒவ்வொருவரும் ஒவ்வொரு விதத்தில் முன்னேறுகின்றனர். அவரவர் புரிந்து கொள்ளும் தன்மையைப் பொறுத்து இது அமையும். சில சமயம் விழிப்புணர்வு என்பது நமது மனதைக் கட்டுபடுத்துவது என்ற தவறான புரிதலும் உள்ளது. அது நடைமுறையில் சாத்தியமில்லை. மனம் என்பது எத்தனை வேகம் எடுக்கும் என்பதை அப்போது தான் நாம் தெரிந்துகொள்வோம். மனதைக் கட்டுப்படுத்த நினைக்கும் பொழுது அதன் வேகம் அதிகரிக்கும். எண்ணங்கள் அலைபாயும். எனவே ஒரு சாதகருக்கு விழிப்புணர்வு என்பது எல்லா நேரத்திலும் எல்லோருக்கும் ஒரே மாதிரியான அனுபவத்தைக் கொடுப்பதில்லை. அவரவர் அதை புரிந்து கொள்ளும் தன்மையைப் பொறுத்து அது வேறுபடும். இருப்பினும் காலம் செல்ல செல்ல அனுபவம் எல்லோருக்கும் ஒரு நல்ல பாடத்தை வழங்கும். அனைவருமே ஒரு காலகட்டத்தில் விழிப்புணர்வின் பக்குவத்தை, உயரத்தை அடைவர்.

விழிப்புணர்வு எனும் பயணத்தில் இரண்டாவதாக நான் கண்ட ஒரு தவறான அணுகுமுறை அதை எச்சரிக்கை உணர்வு என புரிந்து கொள்வதாகும். எல்லா விஷயத்திலும் எச்சரிக்கை உணர்வுடன் இருப்பது தான் விழிப்புணர்வு என புரிந்து கொள்வது மற்றொரு விதம். அவ்வாறு புரிந்து கொண்டவர்கள் எப்போதுமே ஒரு எச்சரிக்கை உணர்வுடன் வாழ்வார்கள். பேசும் போது, ஏதாவது செயல் செய்யும்போது என எதிலும் ஒரு எச்சரிக்கை உணர்வு. அது நல்லதுதான். இல்லை என்று சொல்லவில்லை. ஆனால் நாம் எச்சரிக்கை உணர்வோடு இருக்கும்போது இயல்பாகவே நமது மனம் நாம் தான் எல்லா செயல்களையும் சரியாக செய்கிறோம் என்று விழிப்புணர்வின்றி நினைக்க ஆரம்பிக்கும். அப்போது மற்றவரின் செயல்களில் குற்றம் கண்டுபிடிப்பது வாடிக்கை ஆகிவிடும். மற்றவர்களின் செயல்களில் ஏதாவது ஒரு குறை கூறுவதையே தங்களது வாடிக்கையாக பெற்று விடுவர். ஏனெனில் நான் தான் மிகவும் சரியாக உள்ளேன் என்று நினைப்பதால் விழிப்புணர்வு என்பதைக்கூட யார் அதிக விழிப்புணர்வோடு உள்ளனர் என்ற ஒப்பீட்டு பார்வையில் சென்றுவிடுவர். இறுதியில் இது ஒரு அர்த்தமற்ற இறுக்கத்தையும், அகங்காரத்தையும் வளர்க்கும்.

இவ்வாறு புரிந்து கொண்டவர்கள் விழிப்புணர்வை தங்களின் ஆயுதமாகவே பயன்படுத்துகின்றனர். விழிப்புணர்வு என்பது தங்களைப் பாதுகாக்கக் கூடியது என்று எண்ணுகின்றனர். ஆனால் உண்மையில் அது நம் உள் கண்களைத் திறந்து வைக்கும். நமக்கு நம்மை கண்ணாடி போல் காட்டிவிடும். பிறகு நம் வாழ்க்கையில் இவ்வளவு மகத்தான மாற்றங்கள் ஏற்படும் என்பதைப் பலர் உணர்வதில்லை. விழிப்புணர்வை எச்சரிக்கை உணர்வு என எண்ணும் மக்களின் வார்த்தைகள் ஒவ்வொன்றும் கத்தி போல் வெட்டும். அவரின் பேச்சும் பதிலும் எப்பொழுதும் தர்க்கம் நிறைந்ததாகவே இருக்கும். எதிலும் தாம் தோற்று விடக் கூடாது, தாமே அதிக விழிப்புணர்வோடு இருக்கிறோம் என்பதை ஏதோ ஒரு விதத்தில் பறைசாற்றிக் கொண்டே இருப்பார்கள்.

ஆனால் உண்மையில் விழிப்புணர்வு என்பதைச் சரியாகப் புரிந்து கொண்டவர்கள் நிராயுதபாணியாகவே இருப்பர். எந்த நேரத்திலும் தங்களைப் பாதுகாத்து கொள்ள வேண்டும் என்ற எண்ணம் அவர்களுக்கு இருப்பதில்லை. ஏனென்றால் விழிப்புணர்வோடு இருக்கும் பொழுது, தான் செய்யும் தவறுகளைத் திருத்திக் கொள்ள வேண்டும் என்ற எண்ணத்தோடு தான் வாழ்வர். அதனால் அவர்கள் எச்சரிக்கையுடன் இருக்க வேண்டிய அவசியமில்லை. விழிப்புணர்வு என்பது அவர்களைக் குடை போல் காக்கும். ஒரு மனிதன் விழிப்புணர்வோடு அந்தந்த கணத்தை அணுகும்போது அவர் திறந்த மனதோடு இருக்கின்றார். ஏனெனில் தன்னைத் திருத்திக்கொள்ள எப்பொழுதும் தயாராக இருக்கின்றார். இப்படிப்பட்ட மனிதருக்குத் தோல்வி ஏது? சூழ்நிலைக்கு எது தேவையோ அதை செய்ய தயாராக இருப்பார். அதுவே உண்மையான விழிப்புணர்வு. ஒருவரிடம் இருந்து நம்மை பாதுகாத்துக் கொள்ள, எச்சரிக்கை உணர்வாக வாழ்வது விழிப்புணர்வு என்று பலர் நினைக்கின்றனர் ஆனால் உண்மையில் அது விழிப்புணர்வு அல்ல. அவ்வாறு இருப்பவர்கள் தாங்கள் எப்போதும் இறுக்கமாக இருப்பது மட்டுமல்லாமல் அந்த சூழ்நிலையையும் இறுக்கமாக்கி விடுவர். பலரை நான் இப்படி சந்தித்து விட்டேன். முக்கியமான பொறுப்பில் இருப்பவர்கள் கூட சில சமயம் அவ்வாறு நடந்து கொள்ளும் பொழுது வேதனையாக இருக்கும். ஏனென்றால் ஒரு சராசரி மனிதனைக்

காட்டிலும் மிக உயர்ந்த பொறுப்பில் இருப்பவர்களுக்கு இது பற்றிய ஞானம் இல்லை எனில் நிச்சயம் அது அவர்களை மட்டுமல்ல, அவர்களைச் சுற்றியுள்ள அந்த வேலையையும் பாதிக்கும். சூழ்நிலையைப் பாதிக்கும். மனிதர்களைப் பாதிக்கும்.

என்னதான் ஆன்மீகம் என்பது எல்லோருடைய குறிக்கோளாக இருப்பினும் அவரவர்கள் அவர்களுடைய புரிதலின் படியும், சுயநலத்தின் அடிப்படையிலும் விஷயங்களைப் புரிந்து கொள்ளும் பொழுது நிச்சயம் நாம் பல சவால்களைச் சந்திக்க வேண்டியிருக்கும். இதுவே வாழ்வின் எதார்த்தம். நாம் செல்லும் இடமெல்லாம் ஆன்மீகம் என்ற பெயரில் இருக்கும் எல்லோரும் ஒரே மாதிரியாக இருப்பார்கள் என்று நினைப்பது பக்குவமற்ற நிலை. சிலர் அறியாமையினால் அவ்வாறு இருப்பர். அதாவது விஷயங்களைத் தவறாக புரிந்து கொள்வர். சிலர் தங்களுடைய சுயநலத்திற்காக விஷயங்களைத் தவறாக பயன்படுத்துவர். இது விழிப்புணர்வு பற்றிய புரிதலில் மட்டுமல்ல. அனைத்து விதமான விஷயங்களுக்கும் இது பொருந்தும். ஆன்மீகம் என்பது எப்பொழுதும் ஒரு தனி மனிதனுடைய தேடுதலை பற்றியது. தாகத்தை பற்றியது. ஒரு மனிதன் எந்த இடத்தில் இருக்கிறார், எந்த பொறுப்பில் இருக்கிறார் என்பது பற்றியதல்ல.

துறவு

துறவு என்பது இந்தியாவைப் பொறுத்தவரை ஒரு மகுடம். துறவிகளுக்கு இந்தியாவில் சிம்மாசனமே இருப்பிடம். பாரதம் ஆன்மீகத்திற்கும், துறவிகளுக்கும் அவ்வளவு முக்கியத்துவம் தருகிறது. துறவு என்பது உள் நிலையில் ஒரு அரசன் போல் வாழ்வது. ஒரு துறவியின் சுதந்திரமும், மேன்மையும் வேறு எந்த நிலைக்கும் ஈடல்ல. துறவி என்பவர் தன் ஆசாபாசங்களை, உறவுகளை, பெருமைகளை, பாதுகாப்பு அரணை என அனைத்தையும் விட்டு விட்டவர். இறைவனை மனதில் நிறுத்தி உணவு, உடை, இருப்பிடம் பற்றி கவலை இல்லாமல் இந்த கணத்தில் மனதினை நிறுத்தி ஒரு அரசனைப் போல் வாழ்பவர். அங்கு எந்த பெருமையும் இல்லை. தான் துறவி என்ற பெருமையும் இல்லை. இறை அனுபவத்தில் திளைத்து, அதிலேயே ஆனந்தம் அடைபவர்கள். அவர்கள் ஆர்ப்பரிப்பதில்லை. பெருமை கொள்ள ஒன்றுமில்லை. அதிர்ந்து பேசுவதில்லை. அதேநேரத்தில் சமநிலையானவர்கள். எதற்கும் துணிந்தவர்.

ஒரு துறவிக்கு இத்தனை குணநலன்கள் இருக்காவிடினும் அடிப்படையில் ஒரு சில குணங்கள் கட்டாயம் வேண்டும். தனக்குத்தானே ஒரு நேர்மை வேண்டும். அதுவே துறவிக்கு உரிய அடிப்படைப் பண்பு. அவர் பேருக்கோ, ஊருக்கோ துறவி ஆவது இல்லை. நம்மை செதுக்கி, செம்மைப்படுத்த திறந்த மனதோடு வாழ்வதே துறவு. அதில் எந்தவித குறையும் இருக்கக் கூடாது. ஒரு துறவி முதலில் தன்னிடம் நேர்மையாக இருக்க வேண்டும். முதலில் தன் விருப்பு, வெறுப்புகளை அறிந்து கொள்ள வேண்டும். தன் உணர்வுகளுக்கு முக்கியத்துவம் அளிக்க வேண்டும். உண்மையில் தனக்கு ஒரு உறவு தேவையில்லையா, உண்மையில் தனக்கு ஒரு உடல் ரீதியான, உணர்வு ரீதியான தேவை இல்லையா என தெளிவாக அறிந்து கொள்ள வேண்டும். இவை பற்றி தெளிவும், நேர்மையும் ஒரு துறவிக்குக் கட்டாயம் வேண்டும். ஏனெனில் உறவு என்பது நாம் சாகும் வரை நம்மை தொடர்வது. நமக்கு தேவைப்படுவது. எனில் அது பற்றிய முடிவுகள் தற்செயலாக இருக்கக்கூடாது. குறைந்த நேரத்தில் முடிவு செய்கிறீர்களோ, அதிக நேரமோ நேர்மையான முடிவாக இருக்க வேண்டும். துறவு என்பது ஏதோ கல்லூரி படிப்பு முடித்து, மேற்படிப்பிற்குச் செல்வது

போன்றது அல்ல. இது உங்கள் மொத்த வாழ்வையும் நீங்களே முடிவெடுப்பது. உங்கள் முடிவு உங்கள் கையில். அது ஒரு மிகப் பெரிய முடிவு. பின்பு அதிலிருந்து விலகி வருவது சற்று சிரமாக இருக்கலாம். ஆனால் அதற்கு நீங்கள் மிகப் பெரிய விலையைக் கொடுக்க வேண்டி இருக்கும். ஏனெனில் எவ்வளவவோ அழுத்தங்கள் சமூக அளவில், உள்நிலையில் நீங்கள் பார்க்க வேண்டியிருக்கும்.

துறவறம் என்பது ஒரு மனிதன் தன் முழு சுதந்திரத்தை நாடிச் செல்வது. இங்கு சிக்கிக் கொள்வது மிகவும் அபத்தமான ஒரு விஷயம். துறவியானவர் தன் எல்லாவிதமான கட்டுகளிலிருந்தும் விடுபட நினைக்கிறார். அதற்காக தான் அவர் துறவு நிலையைத் தேர்ந்தெடுத்து வாழ்கிறார். அதை தன் பாதையாக்கி கொள்கிறாரே அல்லாமல், அதில் அவர் சிக்கி விடக் கூடாது. துறவு வாழ்வே அவரை கைதி ஆக்கி விடக் கூடாது. மேலும் அதை அவர் வாழ்வின் அடையாளம் ஆக்கிவிடவும் கூடாது. அவர் அதையும் கடக்கவேண்டும். பெரும்பாலானோர்க்குத் துறவு எனும் நினைப்பே ஒரு தடை ஆகிவிடுகிறது. நான் துறவி என்ற எண்ணமே அகங்காரம் ஆகிவிடுகிறது. அவர் இந்த சமூகத்தில் தனக்கு ஒரு தனி மரியாதை வேண்டும் என்ற எதிர்பார்ப்பைப் பெற்று இருந்தால் அது அவர் பாதைக்கு ஏற்ற நினைப்பு அல்ல. தான் ஒரு துறவி என்பதே மிகப்பெரிய அகங்காரம் தான். அதனால் அதை முதலில் கடக்க வேண்டும். ஒரு துறவிக்கு தனது பாதுகாப்பு பற்றிய பயம் இருக்குமேயானால் மெல்ல மெல்ல அவர் பெயர் அளவுக்கே துறவியாக இருப்பார். ஏனெனில் தன்னைப் பாதுகாத்துக் கொள்வதில் ஒன்றும் தவறில்லை. ஆனால் அதில் வெகுவாக தன்னை ஈடுபடுத்திக் கொள்ளும் போது தன்னை அறியாமல் அதில் சிக்கி விடுகின்றனர். பலர் தெரிந்தே அவ்விதம் வாழ்கின்றனர். இது நிச்சயம் துறவு அல்ல. இது துறவு என்ற பெயரில் நாம் செய்யும் அதே பிழைப்பு பற்றிய போராட்டம். அவ்வளவே. ஒரு துறவியானவர் நெருப்பு போன்றவர். எதிலும் சிக்கிப் போவதில்லை. எதையும் நிர்பந்தத்தில் செய்வதில்லை. தன் வாழ்வை முழுமையாக இறைவனிடம் அர்ப்பணிக்கும் போது அங்கு உள்தன்மையில் ஒரு சுதந்திரம் கிடைக்கின்றது. ஆனந்தம் கிடைக்கின்றது. பிற விஷயங்கள் வாழ்க்கைக்காக

நடத்தப் பட்டாலும் அதில் ஒரு ஆர்வம் இல்லை. அவற்றை இழந்து விடுவோமோ என்ற பயமும் இல்லை. இதுவே துறவிக்கான அழகு.

உள்ளுக்குள் முழுமை பெற்று விடுவதால் வெளியில் ஒரு கருணை பிறக்கிறது. மென்மை பிறக்கிறது. பண்பு நலன்கள் தாமாக வந்து விடுகின்றன. எந்த நிலையிலும் ஒரு துறவி பதட்டத்தில் இல்லை. எளிமை ஆகிவிடுகிறார். ஒரு தென்றல் போல தவழ்கிறார். ஒரு மலரைப் போல சுற்றிலும் சுகந்தத்தை பரப்புகிறார். ஒரு குழந்தையைப் போல புன்முறுவலுடன் இயங்குகிறார். பழக இனிமையானவராகிறார். சாதிக்க விரும்பாவிட்டாலும் தன் தன்மையினால் சுற்றிலும் பல விஷயங்களைச் சாதிக்கிறார். இதுவே துறவியின் அம்சங்கள். நாம் ஆரம்ப நிலையிலேயே இதுபோன்ற தன்மைகளைப் பெற முடியாவிட்டாலும் நமது நோக்கமும் செயலும் அதுவாகவே இருக்க வேண்டும். நமது பாதையில் சிரமங்கள் வரலாம். சோதனைகள் வரலாம். போராட்டங்கள் வரலாம். ஆனால் அவற்றை நேர்மையான மனதோடு அணுகி கடந்து வர முற்படவேண்டும். இங்கு வெற்றி, தோல்வி என்று எதுவும் இல்லை. ஒரு துறவியின் வாழ்வு அவரைப் பற்றியது. அதில் விழுந்தாலும் எழுந்தாலும் அது அவருக்கானது. இங்கு மற்றவரின் பார்வை தேவையற்றது. அதே நேரம் ஒரு துறவியானவர் காலப்போக்கில் தன் உள் தன்மையை இழந்து வெறும் உலக வாழ்வில் அதிகாரம், தனக்கென ஒரு இடம், மறைவான ஆசாபாசங்களோடு வாழ்வது அவரையே அவர் ஏமாற்றிக் கொள்வதைத் தவிர வேறு ஒன்றும் இல்லை. எப்பொழுதும் மிகுந்த நேர்மையுடன் வாழ்வின் அடுத்த படிகளை யார் எடுத்து வைக்கிறார்களோ அவரே சரியான பாதையில் செல்கிறார். தனது உயர்வு தாழ்வுகளைப் பற்றி அக்கறை கொள்ளாது, தனக்குள் நேர்மையாக இருப்பதை மட்டுமே யாரொருவர் உண்மை என நினைக்கிறாரோ அவரே சரியான பாதையில் செல்கிறார்.

காதலும் திருமணமும்

ஆன்மீகம் என்பது இறைவனை அடைவதற்கான பாதை. இங்கு இறைவனே முழுமுதலானவர். அவர் ஒரு குறிப்பிட்ட பெயரில் ராமன், கிருஷ்ணன், இயேசு என இருக்கலாம். அல்லது பரம்பொருள் என அருபமாகவும் இருக்கலாம். சரி... இங்கு காதலுக்கும் திருமணத்திற்கும் இடம் எங்கே என்று ஒரு கேள்வி உள்ளது. இந்தக் கேள்வியானது எல்லோர் மனதிலும் இருப்பதில்லை. ஆனால் நிச்சயம் ஒரு குறிப்பிட்ட சதவீத மக்கள் அவ்வாறு நினைக்கின்றனர். அன்பு என்பது ஒரு சராசரி மனிதனுக்கு நிச்சயம் தேவையாக உள்ளது. அன்பு என்பதன் பொருளை ஒவ்வொருவரும் ஒவ்வொருவாறு புரிந்து வைத்திருக்கலாம். ஆனால் அடிப்படையில் ஒரு உயிருக்கு தன்

உணர்வு நிலையில் ஒரு ஆதரவு தேவைப்படுகிறது. எனில் அங்கு காதலும் திருமணமும் தேவைப்படுகின்றன. திருமணம் என்பது பற்றி மிக ஆழமாக பேசும்போது நாம் இதை உடலளவில், உணர்வு நிலையில், பொருளாதார நிலையிலான ஆதரவே திருமணம் என்று பிரித்து பேசலாம். ஆனால் நடைமுறை வாழ்க்கையில் இவை அனைத்தும் சேர்ந்ததே வாழ்வு. எனில் ஒருவர் தனக்கு வாழ்வைத் தொடர மற்றொரு உயிரின் ஆதரவு தேவை என்று உணரும் பொழுது அவர் திருமணம் செய்து கொள்கிறார். ஒவ்வொருவரும் அவரவர்களின் உடல், உணர்வு மற்றும் பொருளாதார நிலையைப் பொறுத்து வாழ்வில் திருமணம் தேவையா, தேவையில்லையா என்ற முடிவிற்கு வருகின்றனர்.

ஆன்மீகத்தில் திருமணமானவர், திருமணமாகாதவர் என்பது பெயரளவில்தான். ஒரு சாதகருக்கு இறைநாட்டம் எவ்வளவு உள்ளது, அதில் அவர் எவ்வளவு ஈடுபாட்டோடு இருக்கிறார் என்பதே கேள்வி. ஒரு மனிதருக்கு இவ்வுலகில் வாழும் பொழுது பலவிதமான சவால்கள் இருக்கின்றன. அது பொருளாதாரத்தில் இருக்கலாம், தொழிலில் இருக்கலாம், உறவிலும் இருக்கலாம். இப்படி பல விதமான சவால்கள் இருக்கின்றன. எனவே அனைவருமே இவ்வுலகில் வாழும் பொழுது ஏதாவது ஒரு பிரச்சினையைச் சந்திக்க நேரிடுகின்றது. ஆகையால் பிரச்சினைகளோடு வாழும் பொழுது ஆன்மீகம் சாத்தியமா என்ற கேள்வி வரலாம். பிரச்சினைகள் இல்லாத மனிதர்களே கிடையாது. பிரச்சினைகள் இல்லாத போது தான் ஆன்மீகத்தில் ஈடுபட முடியும் என்றால் யாருக்குமே அது சாத்தியம் இல்லை. பிரச்சனைகளும், சவால்களும் அனைவருக்குமே ஏதாவது ஒரு நிலையில் இருக்கின்றன. திருமணமானவர்கள் குடும்பத்தோடு வாழும் பொழுது அங்கு பல பேரை ஒரு நெருக்கமான சூழ்நிலையில், உணர்ந்து கொள்ள வேண்டிய, புரிந்துகொள்ள வேண்டிய சூழ்நிலை இருப்பதால் அவர்கள் மற்றவர்களோடு பழகும் வாய்ப்பு அதிகம் உள்ளது. எனில் அதை நேர்மறையாக பார்த்தால் மற்றவர்களைப் புரிந்து கொண்டு அவர்களோடு வாழும் பக்குவமும் அவர்களுக்கு அதிகம் உள்ளது. திருமணம் செய்துகொண்டு ஆன்மீக வாழ்க்கையில் அதிக ஈடுபாட்டுடன் இருந்து, மிக உயர்ந்த

நிலையை அடைந்த எவ்வளவோ தம்பதியினர் இருக்கின்றனர். எவ்வளவோ பேர் ஒருவரை ஒருவர் புரிந்துகொண்டு, உதவி செய்துகொண்டு ஆன்மீக வாழ்வில் முன்னேறுகின்றனர். எனில் இங்கு திருமணம் என்பது ஒரு தடை அல்ல.

அதே நேரத்தில் ஒரு மனிதனுக்கு மற்றொருவருடன் எந்த அளவிற்கு சேர்ந்து வாழும் பக்குவம் உள்ளது என்பது நிச்சயம் இங்கு அவசியம். எனவே ஒரு சாதகர் தன் வாழ்வில் திருமணம் செய்து கொள்ளவேண்டும் என்று மிக பொறுமையாக நிதானமாக முடிவெடுக்க வேண்டும். அவ்வாறு எடுத்த பின்பு அந்த வாழ்வை எவ்வளவு சிறப்பாக எடுத்துச் செல்வது என்பது பற்றி தான் நினைக்க வேண்டும். ஏனென்றால் வாழ்வில் எடுக்கப்படும் முடிவுகள் அனைத்தும் அந்தந்த தருணத்தில் தன்னுடைய உள்தன்மையையும் வெளி சூழ்நிலையையும் பொறுத்து எடுக்கப்படுபவை. எனில் அவர்களுடைய வாழ்நாள் முழுவதும் அவர்கள் எடுத்த முடிவில் எந்த பிரச்சினையும் வராது, வாழ்க்கை மிக இயல்பாக அமைதியாக செல்லும் என்று எதிர்பார்க்க முடியாது. திருமணம் பற்றிய முடிவு மட்டுமல்ல. நமது தொழிலில் நாம் எடுக்கும் முடிவுகள், மேலும் பிற விஷயங்களில் நாம் எடுக்கும் முடிவுகள் காலப்போக்கில் புதிய புதிய சூழ்நிலைகளை நாம் சந்திக்கும் பொழுது அவை பல சவால்களை நமக்கு கொடுக்கின்றன. நாம் பிரச்சனைகளைச் சந்திக்க நேரும் பொழுது நாம் எடுத்த முடிவு தவறு என்று நினைப்பது மிகவும் முதிர்ச்சியற்ற எண்ணமாகும். ஏனென்றால் பிரச்சினை இல்லாத மனிதர்களே இல்லை. பிரச்சனை இல்லாத எந்த ஒரு காலகட்டமும் ஒரு மனிதனுக்கு இல்லை. அல்லது இதை நாம் வேறு விதமாகக் கூறலாம். பிரச்சனைகள் என்பது ஒரு மனிதன் எந்த அளவிற்குப் பக்குவத்துடன் அதை அணுகுகிறார் என்பதைப் பொறுத்தது. எந்த அளவிற்கு முதிர்ச்சியோடு இருக்கிறார், விழிப்புணர்வோடு இருக்கிறார் என்பதைப் பொறுத்தது. எனவே வாழ்வின் ஒவ்வொரு சூழ்நிலையும் அதில் கிடைக்கும் அனுபவங்களும் ஒரு மனிதனைப் பக்குவப்படுத்துகின்றன. எனவே நேர்மறை எண்ணத்தோடு அவற்றை நாம் எடுத்துக்கொண்டு, தொடர்ந்து வாழ்வில் முன்னேற வேண்டும். அதை விடுத்து நாம் பிரச்சனைகளைச் சந்திக்கும் பொழுது நாம் ஏன் இந்த முடிவு எடுத்தோம் என்று

நினைப்பது மிகவும் தவறு. ஏனென்றால் யார் ஒருவராலும் வாழ்வில் பிற்காலத்தில் தனக்கு இதுபோன்ற பிரச்சனைகள் வரும் என்பதைக் கணிக்க முடியாது. காலம் மட்டுமே அதற்கு பதில் சொல்லும். இதை நாம் ஒரு அனுபவமாகவே எடுத்துக்கொள்ள வேண்டும்.

அதனால் திருமண வாழ்க்கையாக இருந்தாலும், துறவு வாழ்க்கையாக இருந்தாலும் அதில் ஈடுபட்டு அதில் வரும் பிரச்சனைகளையும் சவால்களையும் எதிர்கொண்டு முன்னேறிச் செல்வது தான் புத்திசாலித்தனம். ஆன்மீக சாதகர்களுக்குத் திருமண வயது வரும் பொழுது அவர்கள் திருமண வாழ்வில் செல்வதா அல்லது துறவு மேற்கொள்வதா என்பது பற்றிய ஒரு மிகப்பெரிய குழப்பம் ஏற்படும். நிறைய பேரினால் கடைசி வரை அது பற்றிய ஒரு முடிவுக்கே வர இயலாது இருக்கும். அவ்வாறு இருப்பவர்கள் மிகுந்த நேர்மையோடு தனக்குள் தன்னையே பார்த்துக் கொண்டு வாழ்வில் முடிவெடுக்கலாம். அவ்வாறு எடுக்கும் முடிவு இறுதிவரை தங்களால் பேணிப் பாதுகாக்கப்படும் என்பதற்கு யாரும் உத்திரவாதம் அளிக்க முடியாது. இது முழுக்க முழுக்க ஒரு சாதகர் எவ்வளவு ஈடுபாட்டோடு தன் வாழ்வில் இருக்கிறார், எவ்வளவு நேர்மையோடு இந்த வாழ்வை அணுகுகிறார், தனது அனுபவங்களைப் புரிந்து கொள்கிறார் வாழ்வில் மெருகேறுகிறரர் என்பதைப் பொறுத்தது. எனவே காதலும் திருமணமும் வாழ்வின் அழகான அம்சங்கள். இங்கு பக்தி என்பது இறைவனிடம் செலுத்துவது மட்டுமல்ல. எந்த ஒரு உயிருடனுமான தன்னலமற்ற அன்பும் பக்தியே. நிச்சயம் அது நம்மை ஆன்மீக வாழ்விலும் கரையேற்றும். எனவே காதலும் திருமணமும் ஆன்மீக வாழ்வில் வெறுக்கக்கூடிய விஷயம் அல்ல. சில சாதகர்கள் குடும்ப வாழ்வில் இருப்போர் ஒரு குற்ற மனப்பான்மையோடு வாழ்கின்றனர். நாம் திருமணம் செய்து கொண்டோம். அதனால் நாம் ஆன்மீக வாழ்வில் முழுமையாக ஈடுபட முடியவில்லை என்று நினைக்கின்றனர். இது தேவையற்ற ஒரு வருத்தம். இறைவனுடனான தொடர்பு நமது உள் தன்மையில் நிகழ்வது. ஒரு சாதகன் எவ்வளவு தூரம் இறைவனுக்காக ஏங்குகிறாரோ அந்த அளவிற்கு அவர் ஆன்மீக வாழ்வில் முன்னேறுகிறார். மன ஏக்கமும், தேடுதலுமே இங்கு முக்கியம்.

பெரும்பாலும் குடும்ப வாழ்வில் ஈடுபடுபவர்கள் ஒருவித வளைந்து கொடுக்கும் தன்மையோடு இருப்பார்கள். ஆம்... உண்மைதான். தனது குடும்ப வாழ்வில் நிறைய விட்டுக் கொடுத்துப் போக வேண்டிய சூழ்நிலையில் இருப்பதால் இயல்பாகவே அவர்களிடம் ஒரு வளைந்து கொடுக்கும் தன்மை, விட்டுக் கொடுக்கும் தன்மை இருக்கும். ஒரு செயலைச் செய்யும் போது ஒத்துப் போய் வேலை செய்கின்றப் பக்குவத்தை பெறுவர். தங்களது அகங்காரத்தைச் சற்று இறக்கி வைப்பார்கள். இது ஆன்மீக வாழ்வில் நல்ல விஷயமே. எனவே குடும்ப வாழ்வு என்பது எப்போதும் ஆன்மீகத்திற்கு ஒரு தடை அல்ல. நமது வாழ்க்கை துணை நம்மோடு ஒரு புரிதலில் இல்லை என்பது குடும்ப வாழ்வில் உள்ளோருக்கான ஒரு பொதுவான பிரச்சனை. அது உள்ளபடி பார்க்கப்படவேண்டும். சரிசெய்யப்பட வேண்டும். மற்ற பிரச்சனைகளைப் போல அதுவும் பார்க்கப்படவேண்டும். சில சமயம் சாதகர்கள் திருமணத்தைப்பற்றிய அளவுகடந்த பயத்தில் உள்ளனர். திருமணம் செய்து கொண்டால் ஆன்மீக வாழ்வு முடிந்து விடும் என்று அஞ்சுகின்றனர். உண்மையில் எந்த ஒரு உறவும் அவ்வளவு சிரமமானது அல்ல. மக்கள் ஆன்மீக வாழ்க்கையில் உள்ளார்களோ இல்லையோ, ஒரு தம்பதியினர் சேர்ந்து வாழவேண்டும் என்று நினைத்தால் நிச்சயம் விட்டு கொடுக்கின்றனர். அது முடியாதவர்கள் பிரிந்து விடுகின்றனர். எந்த வாழ்வாக இருந்தாலும், வாழ்வில் நாம் மெருகேற மெருகேற ஆன்மிகம் வளரவே செய்யும். வாழ்வு நமக்குக் கொடுக்கும் எல்லா அனுபவங்களிலும் நாம் பங்கு பெற்று, அதில் பாடம் கற்று, அதை வாழ்வில் நாம் நடைமுறைப் படுத்தும் பொழுது நமது ஆன்மீகம் வளரவே செய்யும். அது வாழ்வின் எந்த சூழ்நிலையாக வேண்டுமானாலும் இருக்கட்டும். நாம் எவ்வளவு கண்ணியத்தோடும், தர்மத்தோடும் அந்த சூழ்நிலையில் வாழ்கிறோம் என்பதே முக்கியம்.

எனவே திருமண வாழ்வு, துறவு வாழ்வு எதுவாயினும் ஆன்மீகம் என்பது நமது உள்ளுணர்வை வளர்க்க வேண்டியது. ஒருவர் மீது காதல் கொள்ளும்போது அதை மறைக்க தேவையில்லை. அதைக் குற்றமாக நினைக்கவும் தேவை இல்லை. உங்களை வெளிப்படுத்துங்கள். உங்கள் வாழ்வை கொண்டாடுங்கள். என்ன தவறு? மகிழ்ச்சியும் நிறைவும்

உங்களை இன்னும் சிறந்த மனிதர்களாகவே ஆக்கும். நீங்கள் அந்த அன்பு எனும் பாதையை அழகாக கடந்து வருவீர்கள். அன்பைக் காட்டிலும் ஆன்மீகம் என்பது இன்னமும் பெரிய விஷயம் என்பதை உணர்வீர்கள். அல்லது உங்களுடைய அன்பு மிக ஆழமாக இருந்தால் அந்த அன்பிலேயே உங்கள் ஆன்மீகத்தின் உச்சத்தைத் தொட்டு விடுவீர்கள். ஒரு விஷயத்தை கடந்து வரும்போது அது உங்களுக்கு அற்புதமான அனுபவத்தை தரும். அந்த அனுபவம் உங்களை அடுத்த நிலைக்கு எடுத்துச் செல்லும். மாறாக உங்கள் அன்பை மறைத்து வைத்தால் தேங்கி போவீர்கள். அது உங்களுக்குள் ஒரு பாரம் ஆகி விடும். பிறகு நீங்கள் உங்களை அறியாமலேயே ஒரு கடினமான மனிதர்களாக, இறுக்கமான மனிதர்களாக மாறி விடுவீர்கள். ஆகையால் அன்பை மறைக்காது அதை அணுகுவோம். அன்பில் விழுவோம். எழுவோம்.

முத்தெடுப்பதே முதல் நோக்கம்

ஒருவர் ஆன்மீகம் தான் வாழ்வு என்ற முடிவுக்கு வந்த பின்பு ஆன்மீகம் என்பது அவரது முதன்மையான விஷயம் அல்ல. அதுவே வாழ்வாக வேண்டும். ஆன்மீகம் என்பது காலை எழுந்தவுடன் பயிற்சிகள் செய்வது, பிறகு மாலை சிறிது தியானம் செய்வது என்பது மட்டுமல்ல. நமது வாழ்வின் ஒவ்வொரு சொல்லிலும், செயலிலும், மூச்சிலும் அது வெளிப்பட வேண்டும். நமது வாழ்வு வேறு, ஆன்மீகம் வேறு அல்ல. ஒவ்வொரு கணமும் அது நம்மோடு இருக்க வேண்டும். விழிப்புணர்வோடு வாழத் தெரிந்தவர்கள் பெருமளவு அதனை பெறுகின்றனர். ஆன்மீக வாழ்க்கைக்கு வந்த பிறகும் கூட காலப்போக்கில் நமது செயல்கள், நமது தொழில் என நாம் செய்யும் செயல்களில் சிக்கி விடும் மனிதர்கள் ஏராளம்.

இவ்வுலகில் வாழும் பொழுது நாம் நிச்சயம் ஏதாவது ஒரு செயல் செய்தாக வேண்டும். பெரும்பாலும் பிழைப்புக்காகவே அது இருக்கிறது. இருப்பினும் எந்த நேரத்திலும் நமக்கான அடிப்படை விஷயங்களை நாம் மறந்து விடக்கூடாது. விழிப்புணர்வு என்ற ஒரு சொல் நம்மை இந்த பாதையில் ஸ்திரமாக வைத்திருப்பதற்கு நிச்சயம் உதவும். நாம் ஏதாவது ஒரு குறிப்பிட்ட செயல் செய்யும் பொழுது அந்த செயலில் ஏற்றத்தாழ்வுகள் வருவது இயல்பு. ஒரு சரியான ஆன்மீக சாதகர் தன்னை எந்த விஷயத்தில் ஈடுபடுத்திக் கொண்டாலும் அதில் சிக்கி கொள்ளாமல் தன்னை விழிப்புணர்வுடன் வைத்துக்கொள்கிறார். இது மிகவும் சிரமமான அதேநேரத்தில் அற்புதமான விஷயம் ஆகும். ஏனென்றால் பயிற்சிகள் செய்வது, தியானம் செய்வது போன்ற நேரங்களைத் தவிர பிற நேரங்களில் நாம் வேலை செய்ய வேண்டிய கட்டாயம் இருக்கிறது. மற்றவருடன் கலந்துரையாடவும், செயல்படவேண்டிய

சூழ்நிலையிலும் நாம் இருக்கின்றோம். எந்தவித இக்கட்டான சூழ்நிலையாக இருந்தாலும், நாம் அதில் சிக்கிக் கொள்ளும் பொழுது ஆன்மீகம் அங்கு நிலைப்பதில்லை. நாம் செய்யும் வேலைகளில் ஆழமாக ஈடுபடும்போது அதில் சிக்கிக் கொள்வது பெரும்பாலானோருக்கு இயல்பாகி விடுகிறது. தங்களுக்குத் தெரிந்தோ, தெரியாமலோ வேலையின் உயர்வு தாழ்வுகளில், விருப்பு, வெறுப்புகளில் மிக ஆழமாக சிக்கிக் கொள்கின்றனர். அதிகாரம், பிடித்தது பிடிக்காதது, ஒரு சார்பாக நடந்து கொள்வது, புகழ், பெருமை என எவ்வளவோ விஷயங்களில் ஆன்மீக சாதகர்கள் சிக்கிக்கொள்ள நிறைய வாய்ப்புள்ளது. நாம் எந்த இடத்தில் இருக்கிறோம், எந்த நிலையில் இருக்கிறோம் என்பதை விட எப்படி இருக்கிறோம் என்பதே முக்கியம். மனதளவில் உள் நிலையில் நாம் பற்றற்று இருப்பது ஒன்றுதான் உண்மையான ஆன்மீக வாழ்வின் அடித்தளம். என்று ஒரு ஆன்மீக சாதகர் வெளி உலகின் அற்ப விஷயங்களுக்குப் பலியாகி விடுகின்றாரோ, பிறகு தன் உள்தன்மையை அவர் மீண்டும் மீட்டெடுக்கும் வரை அவர் தனது பாதையில் இல்லை என்றே சொல்ல வேண்டும். ஒரு மனிதன் தன்னுடைய விருப்பங்களுக்காக நேர்மையான வழியில் ஒரு செயலைச் செய்யும் பொழுது அதில் எந்த தவறும் இல்லை. ஆனால் ஆன்மீகம் என்ற பெயரில் நாம் பல்வேறு விஷயங்களில் சிக்கிக் கொள்ளும் பொழுது நிச்சயம் அது நம்மை நாமே ஏமாற்றிக் கொள்ளும் விஷயமே.

என்று ஒரு சாதகன் தனது உள்நிலையை சமநிலையோடு, விழிப்புணர்வோடு வைத்துக் கொள்கிறாரோ அன்றுதான் அவர் சரியான பாதையில் இருப்பதாக அர்த்தம். பலர் விழிப்புணர்வோடு இவ்வாறு பயணிக்கின்றனர். சிலர் தங்களை அறியாது பாதை தவறுகின்றனர். ஆனால் ஏதோ ஒரு நிலையில் அது தெரிய வரும் போது தங்களைத் திருத்திக் கொள்வதில் அவர்கள் சிறிது கூட தயங்குவதில்லை. இது வாழ்வின் இயல்பு. எல்லோரும், எப்போதும் ஒன்று போல் இருந்துவிட முடியாது. வாழ்வில் சறுக்கும் போது மீண்டும் எழுந்து நடந்து செல்வது, விழிப்புணர்வுடன் நடந்து செல்வது மிகவும் போற்றத் தகுந்த விஷயம். ஆனால் தெரிந்தே தவறான வழியில் செல்லும் பொழுது அங்கு வளர்ச்சி ஏற்பட வாய்ப்பே இல்லை. நாம் பல விஷயங்களில் சிக்கிக் கொண்டு உள்ளோம் என்று தெரிந்தே

ஒரு சாதகர் அவ்வாறு சிக்கியிருப்பது நிச்சயம் அவரை கீழே தள்ளிவிடும். இது முழுக்க முழுக்க ஒரு சாதகரின் மனநிலையைப் பொறுத்தது.

நிச்சயம் தங்களுடைய முயற்சியினாலும், அறிவினாலும், ஆன்ம விசாரத்தினாலும் தாங்கள் எந்த நிலையில் இருக்கிறோம் என்பதை ஒருவரால் கண்டுகொள்ள முடியும். தெரிந்தே நாம் வெளி உலகின் அதிகாரத்திற்காகவும், தன் பாதுகாப்பிற்காகவும் தனது உள்தன்மையை விட்டுக் கொடுத்து விடுவது ஒரு சாதகர் தனக்குத் தானே குழி பறித்துக் கொள்வது போலத்தான். சில நேரங்களில் சில சாதகர்களுக்குத் தவிர்க்க முடியாத விருப்பங்களும், ஏக்கங்களும் இருக்கும்பொழுது பல நேரம் சாதகர் குழம்பி விடுகிறார். ஒரு வாழ்வை தேர்ந்தெடுத்த பின்பு அதில் பயணிக்க நிறைய தடுமாற்றம் வரலாம். அப்போது பெரும்பாலானோருக்கு அது ஒரு கௌரவம் சார்ந்த பிரச்சனையாகி விடுகின்றது. ஆன்மீக வாழ்க்கையில் அடியெடுத்து வைத்த பிறகு பல்வேறுவிதமான விருப்பங்களில் சிக்கிக் கொள்ளும் பொழுது, அடுத்த கட்டம் என்ன என்பது தெரியாமல் தவித்து விடுகின்றனர். ஆனால் யார் ஒருவர் வெளி உலகின் ஏற்றத்தாழ்வுகளில் சிக்கிக் கொள்ளாது, தன்னுடைய உள்தன்மையில், நேர்மையில், கவனம் கொண்டு தன்னுடைய நிலையைக் கண்டு கொள்கிறாரோ அவரே சரியான பாதையில் செல்ல முடியும்.

ஆன்மீக வாழ்வை தவிர எதுவும் பெரிதல்ல. இறைவனை அறிந்து கொள்ள வேண்டும் என்ற ஏக்கத்தைத் தவிர எதுவும் பெரிதல்ல. எனில் அந்தப் பாதையில் ஏதாவது குழப்பம் வரும் போது, நேர்மையாக நமது விருப்பு, வெறுப்புகளைப் புரிந்துகொண்டு அதன்படி வாழ்வில் அடுத்த முடிவை எடுக்கும் பொழுது நிச்சயம் நாம் ஒரு தெளிவான, சரியான திசையில் தான் செல்கிறோம். யார் ஒருவர் தன்னுடைய உள்நிலையில் நேர்மை தவறாது நடந்து கொள்கிறாரோ அவரே போற்ற தகுந்தவர். ஆன்மீக வாழ்வை பொறுத்தவரை இங்கு யாருக்கும் எந்தப் பரிசும் கிடைக்கப்போவதில்லை. இவரே சிறந்தவர், இவரே உயர்ந்தவர் என்று எந்த சிறப்பு பட்டமும் கொடுக்கப் போவதில்லை. ஆனால் உண்மையில் யார் ஒருவர் உள்நிலையில் தன்னைத் தூய்மையாக வைத்துக்கொள்ள வேண்டும், இந்த வாழ்விற்கு

உண்மையாக இருக்க வேண்டும், அதற்கு என்ன செயல்கள் செய்ய வேண்டுமோ அதை செய்ய வேண்டும், ஒருவேளை தன் வாழ்வில் தான் சில கடினமான முடிவுகளை எடுக்க நேர்ந்தாலும் அது சில நேரம் தனக்கு அவமதிப்பைக் கொடுக்கக் கூடியதாக இருந்தாலும், உண்மையில் உள் தன்மையில் நாம் எப்படி இருக்கிறோம் என்பதற்கு முக்கியத்துவம் கொடுத்து, யார் ஒருவர் வாழ்வில் முடிவுகளை எடுக்கிறாரோ அவரே சிறந்தவர்... போற்ற தகுந்தவர். இது முழுக்க, முழுக்க ஒரு தனி மனிதனின் பயணத்தை, வாழ்வை பொறுத்தது. இங்கு ஒரு தனிமனிதன் தன்னோடு, தன்னுள் எப்படி இருக்கிறார் என்பதைப் பொறுத்தது. இங்கு வெளி உலகில் யாருக்கும், எதற்கும் எந்த சம்பந்தமும் இல்லை. அதனால் மற்றவர்களுடைய எண்ணங்களுக்கு அதிக முக்கியத்துவம் கொடுக்காமல், தன்னுடைய உள் தன்மைக்கு முக்கியத்துவம் கொடுத்து யார் வாழ முற்படுகிறாரோ அவரே சிறப்பு வாய்ந்தவர். தைரியம் மிக்கவர். என்று ஒரு மனிதன் தன்னுடைய வாழ்வில் எதை இழந்தாலும் தான் தனக்கு நேர்மையாக இருக்க வேண்டும் என்ற முடிவெடுத்து, சரியான பாதையில் செல்ல திட்டமிடுகிறாரோ அவரே சிறப்பு வாய்ந்தவர்.

தனக்கு ஆன்மீக பாதையில் தான் ஈடுபாடு என்பதை தெரிந்து கொண்டு அந்த பாதையில் செல்ல முடிவு எடுப்பது ஒரு தருணம். அதன்பிறகு வாழ்வு என்பது நீண்டது. அந்த வாழ்வில் எவ்வளவோ விதமான பிரச்சனைகளை நாம் சந்திக்க நேரிடும். அவ்வாறு நேரும் போதெல்லாம் நாம் மிகுந்த சமநிலையோடு, நேர்மையோடு வாழ கற்றுக்கொள்ள வேண்டும். நேர்மையான மனிதருக்கு எதுவும் குழப்பம் இல்லை. எதுவும் பிரச்சனை இல்லை. எனவே வாழ்வின் எந்த சூழ்நிலை வந்தபோதும் அதை ஆன்மீக வாழ்விற்கு ஒரு இடராக நினைக்கத் தேவையில்லை. அங்கு நம்முடைய நிலைப்பாடு என்ன என்பதை நாம் தெரிந்து கொண்டு அதன் வழியில் செல்ல முற்பட வேண்டும். ஒரு ஆன்மீக சாதகர் தனது வாழ்வை தானே வடிவமைத்துக் கொள்கிறார். செதுக்கிக் கொள்கிறார். இங்கு இதுதான் சரி, தவறு என்று அவருக்குக் கற்றுக் கொடுக்க யாருமில்லை. தன் வாழ்வில் இதுதான் உண்மையான ஆன்மீகம் என்று தானே புரிந்து கொண்டு அந்த பாதையில் நடையிடுகிறார். ஆகையால் தனக்குள் அவர் எந்த அளவிற்கு உண்மையாக இருக்கின்றாரோ

அந்த அளவிற்கு அவர் சரியான பாதையில் செல்ல முடியும். நாம் செல்லும் பாதையில் பாதுகாப்பு, அதிகாரம், பெருமை, சலனம் என எவ்வளவோ விஷயங்கள் வந்து போகும். நாம் இதுபோன்ற அற்ப விஷயங்களுக்காக நமது உள் தன்மையை விட்டுக் கொடுத்து விட்டோமானால் நிச்சயம் நாம் ஒரு மிகச்சிறந்த விஷயத்தை இழந்துவிடுகிறோம். இறைவனை அடைவதை தவிர ஒரு ஆன்மீக சாதகருக்கு வேறு எதுவுமே நிறைவு தருவதில்லை. எனில் அந்த பாதையில் நடை இடுவதற்கு முதலில் ஒரு ஆன்மீக சாதகருக்குத் தனக்குள் ஒரு நேர்மை வேண்டும். ஆன்ம விசாரம் வேண்டும். யார் ஒருவர் தனக்குத் தானே நேர்மையோடு வாழ கற்றுக்கொண்டு விடுகிறாரோ நிச்சயம் அவர் இதுபோன்ற அற்ப விஷயங்களை உதறிவிட்டு சிங்கம் போல தனது பாதையில் நடையிட முடியும். இவ்வுலகமும், அதனுடைய கருத்துகளும், விமர்சனங்களும் அவருக்குப் பெரிய விஷயம் அல்ல.

தனிமையும் தனித்துவமும்

தனிமை என்பது இரு விதமாக பொருள் கொள்ளப்படுகின்றது. ஒன்று நமக்கென்று எந்த ஒரு நட்பும், உறவும் இல்லாமல் தனிமையில் வாடுவது. உறவைப் பற்றிய ஏக்கம் நம்மில் இருப்பினும் அது கிடைக்கப் பெறாமல் அதற்காக ஏங்குவது. இரண்டாவது தனது இருப்பிலேயே ஒரு ஆனந்தத்தைக் கண்டு தன்னோடு ஒரு நிறைவை பெற்றதால் தனிமையில் இருப்பது. இந்த இரண்டாமானவர் உண்மையில் மற்றவரை வெறுத்து தனிமையில் இருப்பதில்லை.மிக இயல்பாக தன்னுள் இருப்பதை அவர் விரும்புகின்றார். ஆன்மீகத்தின் ஆரம்ப நிலையில் இருக்கும் பொழுது இவர்களால் ஒரு

கூட்டத்தில் அல்லது மற்றவருடன் அவ்வளவு எளிதாக கலந்திட முடிவதில்லை. ஆன்மீக வாழ்வின் ஆரம்ப நிலையில் இருப்பவர்கள் பெரும்பாலோனோர் மற்றவரோடு ஒன்று கலந்து நிறைய நேரம் செலவிட முடியாமல் சிறிது தடுமாற்றம் கொள்ளுவர். எப்போதும் ஒருவித தனிமையை நாடுவர். அதில் தவறு ஒன்றும் இல்லை. ஆரம்ப நாட்களில் இந்த ஆன்மிக சாதகர்கள் மற்றவர்களால் தவறாக புரிந்து கொள்ளப்படுவர். ஆனால் காலப்போக்கில் இவர்களுக்கு உலக விஷயங்களை எவ்வாறு கையாள வேண்டும் என்று ஒரு அனுபவம் ஏற்படும்.பின்பு தன் அனுபவ அறிவினால் வெகு சாமர்த்தியமாக உள் வாழ்வு, புற வாழ்வு இரண்டையுமே சமாளிக்க கற்றுக் கொள்வார்கள்.

தனிமை என்பது உள் தன்மையில் நிலைத்திருப்பது. அது ஒரு அற்புதமான நிலை... ஆரம்ப நாட்களில் அவர்களது அன்றாட வேலைகள் கூட பாதிக்கப்படும். மெதுவாகவே செயல்படுவர். பதட்டத்தை தவிர்ப்பர். இது ஒரு அற்புத நிலை. மனதில் ஒரு சமாதானமும், சமநிலையும் நிலவும். காலம் செல்லச் செல்ல அந்த விழிப்பு நிலை உள்ளே குடி கொண்டு விடும். என்னதான் வெளியுலகில் வேலையில் மூழ்கினாலும் உள்ளுக்குள் அசைவற்று இருக்க கற்றுக் கொள்வர். அங்கு ஒரு அற்புதமான நிகழ்வு இருக்கும். உள்நிலையில் ஸ்திரமாக இருப்போர் வெளியிலும் அற்புதமான வேலைகளைச் செய்ய முடியும். உள்ளே என்ன சமநிலை நிலவுகிறதோ அது வெளியிலும் நிலவும். வேகமும் இருக்கும். அதற்கு நிறைய பொறுமையும், புரிதலும் தேவை. பொறுமையாக நமது உள்நிலையை நாம் வளர்த்து எடுத்தால் வெளி உலகிலும் பிரகாசிக்கலாம். ஆனால் ஒரு பழம் தானாக கனிய வேண்டும்.அதை கனிய வைப்பது செயற்கைத்தனம். அதனால்தான் சாதகர்கள் இதுபோன்ற ஒரு மனநிலையில் இருக்கும்போது அவர்கள் தங்களை ஒத்த மனிதர்கள் உள்ள சூழ்நிலையில் வாழும் பொழுது, மற்றவர்களால் புரிந்து கொள்ளப் படுவார்கள். எப்பொழுதும் இதுபோன்ற நிலை நீடிப்பது இல்லை. காலம் கனிய கனிய அந்த தனிமை அவர்களுக்குத் தேவைப்படுவதில்லை. உள்ளே வெளியே இரு நிலையிலும் ஒரே நேரத்தில் அவர்களால் தீவிரமாக இருக்க முடியும். ஆகையால் ஆரம்ப நாட்களில் ஒரு

சாதகர் தனிமையை விரும்பி இருப்பது தவறல்ல. அது ஆன்மீக வாழ்க்கையில் ஒரு பருவம் என்று கூறலாம்.

வெளி உலகைப் பொறுத்தவரை யார் ஒருவர் தன் மனதில் நிறைவு பெற்று நம்பிக்கை பெற்று தெளிவுடன் உள்ளாரோ அவர் எப்போதும் தனித்து நின்று செயலாற்றுவர். பத்துபேர் ஒன்றைச் செய்வதால் தானும் அதை செய்ய வேண்டுமென நினைக்கமாட்டார்கள். தனக்குச் சரியெனப் படுவதைத் துணிந்து செய்வார்கள். அதில் நிலைத்த கருத்தும் கொள்வார்கள். எனில் தனிமை என்பது அகவாழ்விலும் புற வாழ்விலும் மிக முக்கியமான ஒரு இடத்தைப் பெறுகின்றது. ஒரு மனிதன் இவ்வுலகில் வளர்ந்த விதம், தான் பெற்ற அனுபவங்கள் ஒன்று போல் இருப்பதில்லை. அப்படி இருக்க ஆன்மீக வாழ்விலும் அவர்கள் எல்லா விஷயத்திலும் ஒத்துப் போய் இருக்க வேண்டும் என்பது அவசியமில்லை. ஒவ்வொருவரும் ஒவ்வொரு விதமாக இருப்பார்கள். சிலர் அதிக விழிப்புணர்வுடன் இருப்பதையே மிகவும் விரும்புவார்கள். நிறைய காரண அறிவு பெற்றிருப்பார்கள். ஒரு சிலரோ மிகவும் எளிமையான மனம் படைத்தவர்களாக இருப்பார்கள். அதிகம் கேள்வி கேட்பதில் அவர்களுக்கு விருப்பம் இருக்காது. மேலும் சிலருக்கு ஆன்மீக பயிற்சி செய்ய மிகுந்த ஆர்வம் இருக்கும். தங்களை ஆன்மீகப் பயிற்சிகளில் ஒப்படைத்து விடுவார்கள். இது போல மனிதர்கள் ஆன்மீக வாழ்வில் ஒவ்வொரு விதமாக இருப்பார்கள். அதை நாம் சரியாக புரிந்து கொள்ள வேண்டும். இது அவர்கள் வாழ்ந்த விதம் மற்றும் அவர்களின் இயற்கையான இயல்பினைப் பொறுத்தது. எனில் இங்கு ஏற்றத்தாழ்வுகள் என்பது கிடையாது. இது அவரவர்களுடைய தனித்துவம் ஆகும். எதில் அவர்களுக்கு அதிக ஈடுபாடு இருக்கிறதோ அதைப் பற்றிக் கொண்டு அதன் மூலம் ஆன்மீக வாழ்வில் முன்னேறுவதில் எந்த தவறும் கிடையாது. அதே நேரத்தில் மற்ற வழியில் செல்வோர் மீதும் ஒரு மதிப்பும் புரிதலும் பெற்றிருக்க வேண்டும்.

வாழ்க்கை என்பது ஒரு அனுபவம் தான். ஆன்மீக வாழ்விலும் அது உண்மையாகும். காலம் செல்ல செல்ல ஆரம்பநிலையில் ஒரு குறிப்பிட்ட விஷயங்களில் மட்டுமே இப்படி ஆர்வம் உள்ளவர்கள் பிறகு விழிப்புணர்வு, அன்பு, ஆன்மீகப் பயிற்சி என எல்லா நிலையிலும் தேர்ச்சி பெற்று

விடுவார்கள். எனில் ஒரு மனிதருக்கு ஏதேனும் ஒரு குறிப்பிட்ட விஷயத்தில் அதிக ஆர்வம் இருப்பின் அதை அவர்கள் வளர்த்தெடுக்க வேண்டும். அதில் ஒன்றும் தவறில்லை. பலபேருக்கு இறைவனின் முன்பு அமர்ந்து மனமுருகி பக்தியோடு வழிபடுவது மிகவும் பிடித்ததாக இருக்கும். என்னதான் பல விஷயங்கள் ஆன்மீகத்தில் சொல்லப்பட்டாலும் அவர்களால் அனைத்தையுமே வாழ்வில் எடுத்துச் செல்ல முடியாது. தங்களுக்குப் பிடித்த விஷயத்தையே அவர்கள் ஆரம்ப நாட்களில் திரும்ப திரும்ப செய்வார்கள். ஒரு செடி வேர் விட்டு மரமாக மாறும் வரை அதற்கு வேலி என்பது மிக அவசியமாகும். அதுபோலத்தான். ஒரு ஆன்மீக சாதகர் ஆரம்ப நாட்களில் மிகச் சிறிய செடியாக இருக்கும் பொழுது தனக்குப் பிடித்த விஷயங்களில் தான் அதிகம் ஈடுபடுவார்கள். அதில் தவறொன்றுமில்லை. தனது பாதையில் நம்பிக்கை கொண்டு அதில் ஆழமாக சென்று முன்னேறும் பொழுது, ஒரு ஆன்மீக சாதகர் நிச்சயம் அதில் ஒரு நிலையை அடைந்து விடுவார். அதனால் ஆன்மீக சாதகர்கள் தங்களுக்கான தனித்துவத்தை என்றும் இழந்து விடலாகாது. அதுவே அவர்களின் இயல்பு. இது மற்ற எல்லா நிலைகளுக்கும் பொருந்தும். எனது ஆன்மீக பயணத்தில் நான் எல்லா விதமான மனிதர்களையும் கண்டு விட்டேன். விழிப்புணர்வை மிக சரியாக பயன்படுத்தி அதில் முன்னேற்றம் கண்ட சாதகர்கள். ஆன்மீகப் பயிற்சிகள் செய்வது மட்டுமே தனது வாழ்வின் முதல் நோக்கமாகக் கொண்டு உயிரே போனாலும் ஒரு நாள் கூட தனது ஆன்மீக பயிற்சிகளை நிறுத்தாமல் செய்து கொண்டிருக்கும் சாதகர்கள். என்னதான் விழிப்புணர்வு, பயிற்சி என்று சொல்லிக் கொடுத்தாலும் இறைவனை நினைத்து பக்தியில் உருகி அழுது அதில் ஒரு ஆனந்தத்தைப் பார்க்கும் சாதகர்கள்… இருந்த இடமே தெரியாமல் தனக்கான இயல்பில் நிலைகொண்டு தான் உண்டு தன் வேலை உண்டு என்று இந்த உலகத்தின் ஏதோ ஒரு மூலையில் பகட்டே இல்லாமல் வாழும் சாதகர்களையும் பார்த்திருக்கிறேன். செயல் செய்வதை மட்டுமே தனது விருப்பமாக எடுத்துக் கொண்டு தனது அத்தனை செயல்களிலும் மிகுந்த ஈடுபாடு கொண்டு தன்னலமின்றி சேவை செய்யும் சாதகர்கள்… இப்படி எத்தனையோ பேர். இது அவரவர்களின் தனித்துவம் ஆகும்.

அதை வளர்த்தெடுக்க வேண்டும். அங்கு பெருமை கொள்ள ஒன்றுமில்லை.

இருப்பினும் ஆன்மீக வாழ்க்கையில் தனது பயணத்தை மிக இனிமையாக வைத்துக்கொள்ள நிச்சயம் தனக்கான பாதையை ஒரு சாதகர் தேர்ந்தெடுக்க வேண்டும். ஆகையால் தனிமையை நாடுவது, தனித்தே இருப்பது, தனது புரிதலில் எந்த குழப்பமும் இல்லாமல் மிகத்தெளிவாக அனைத்து விஷயங்களிலும் முடிவெடுப்பது, கூட்டத்தில் ஒருவராக இருக்க விருப்பப்படாமல் தனக்குப் புரிந்ததை நம்பி வாழ்வது, தன்னைத் திருத்திக் கொள்வது, மெருகேற்றிக் கொள்வது தனக்கான பாதை எது என்பதை அறிந்து அதில் துணிச்சலுடன் நடை இடுவது இவை அனைத்துமே ஒரு ஆன்மீக சாதகருக்கு உரிய சிறப்பு அம்சங்களாகும்.

நேர்மை

எனக்குப் பிடித்த பண்புகளில் முதன்மையானது நேர்மை. நேர்மை என்பது ஒரு மகத்துவம் வாய்ந்த பண்பு. நேர்மை என்பதை பலர் பல வழிகளில் புரிந்து கொள்கின்றனர். பலர் அதை சமூகத்தில் வாழ ஒவ்வாத, நடைமுறைக்கு ஒத்து வராத ஒரு பண்பாகவே நினைக்கின்றனர். சில சமயம் அது உண்மையும் கூடத்தான். எல்லா நேரங்களிலும் உண்மையைக் கூறுவது, உண்மையாக இருப்பது என்பது சற்று கடினமான செயல்தான். என்னைப் பொறுத்தவரையில் நேர்மை என்பது நாம் உண்மையாக இருக்க வேண்டிய நேரத்தில், நமது சுயநலத்திற்காக பொய் கூறும் பொழுது உண்மையை மறைக்கும் பொழுது அது மற்றவரைப் பாதிக்கும் பட்சத்தில்

நிச்சயம் அது நேர்மையற்ற செயலாகும். அது நியாயமில்லை. எவ்வளவு கடினமான, இக்கட்டான சூழ்நிலையாக இருப்பினும் நமக்கு தலைகுனிவு வரும் அல்லது ஏதேனும் இழப்பு வரும் என்று தெரிந்த போதும் நாம் உண்மையைக் கூறாவிட்டால் மற்றவருக்குப் பாதிப்பு என தெரிய வரும்போது உண்மையுடன் நடப்பதே மிகவும் சிறப்பான செயலாகும். அதுவே தைரியமான பாராட்டத்தக்க செயலாகும். அங்குதான் நேர்மை என்பது நிமிர்ந்து நிற்கின்றது. நம்மையும் நிமிர வைக்கிறது.

நேர்மை என்பது எப்போதும் ஒருவருக்கு மனதில் சுதந்திரத்தைக் கொடுக்கிறது. குற்ற மனப்பான்மை, உள்மன உளைச்சல் இவற்றைத் தவிர்க்கிறது. நாம் சிறப்பாக எதுவும் செய்ய முடியவில்லை எனினும் நேர்மையானவர் என்னும் பெயர் நமது மதிப்பைக் கூட்டுகிறது. மக்களை ஆச்சரியப்பட வைக்கிறது. ஆன்மீக வாழ்வில் என்னை பொறுத்தவரை நான் நேர்மைக்குத் தான் முதலிடம் கொடுப்பேன். நேர்மையானது மனதைத் தூய்மைப்படுத்துகிறது. தூய்மையான மனதில் தான் இறைவன் குடிகொள்ள முடியும்... இல்லையா... நமது சுயநலத்திற்காக பொய் கூறும் பொழுது, நம் உள் மனதில் ஒரு உறுத்தல் ஏற்படுகிறது. அமைதி கெடுகின்றது. பலர் எந்த உறுத்தலும் இல்லாமலேயே பொய்யான வழியில் ஈடுபடுவர். மற்றவர்களிடம் வேண்டுமானால் அவ்வாறு அவர்கள் நடந்து கொள்ளலாம். ஆனால் ஆன்மீக வாழ்க்கையில் இறைவனின் முன்பு அமரும் போது அதை நாம் எப்படி உணர்வோம். நாம் செய்த செயல்களை நினைத்து நாம் வருந்தத்தான் வேண்டும். உண்மையிலேயே வெளி உலகில் நாம் செய்யும் செயல்கள் யாருக்கும் தெரியப் போவதில்லை. ஆனால் ஆன்மீக வாழ்வில் ஈடுபடும் பொழுது, ஒரு ஆன்மீக சாதகர் இறைவனின் முன் தன்னைச் சமர்ப்பிக்கும் போது, எல்லாம் அறிந்த இறைவன் தான் செய்த அனைத்தையும் தெரிந்தவர், ஆதி அந்தம் அனைத்தையும் அறிந்தவர் என்பதை அறிந்தே இருப்பார். எனில் இறைவனின் முன் அமரும் பொழுது நேர்மையற்ற செயல்கள் செய்த ஒருவருக்கு மனநிலை எப்படி இருக்கும். உண்மையிலே இறைவனின் அன்பும், அருளும் வேண்டுபவர்கள் தங்களின் சுயநலமான செயல்களுக்காக வருத்தப்படவே செய்வர். நம்மை நாம் திருத்திக் கொள்ள வேண்டும் என்று நினைப்பார்கள்.

வெளி உலகில் எப்படி வேண்டுமானாலும் இருந்துவிட்டு உள்மனதில் இறைவனின் அருளை எதிர்பார்ப்பது அர்த்தமற்ற செயல். நிச்சயம் நாம் நம்மைத் திருத்திக்கொள்ள வேண்டும். அவ்வாறு செய்யாதவர்கள் உண்மையில் ஆன்மிக தாகம் உடையவர்கள் என்று எப்படி கூற முடியும்... அவர்கள் வெறும் போலி மனிதர்களே. யார் தம்மைத் திருத்திக் கொண்டு வாழ தயாராக உள்ளனரோ, அவர்களே உண்மையான ஆன்மீக தாகம் கொண்டவர்கள். பலர் எந்த உறுத்தலும் இல்லாமல் பொய்யான வழியில் ஈடுபடுவர். மற்றவர்களிடம் வேண்டுமானால் அவ்வாறு அவர்கள் நடந்து கொள்ளலாம். ஆனால் ஆன்மீக வாழ்க்கையில் இறைவனின் முன்பு அமரும் போது அதை நாம் எப்படி உணர்வோம்? நிச்சயம் நமது மனம் குறுகுறுக்கும். எனவே ஆன்மீகம் என்பது வெளி வாழ்க்கையைப் பற்றியதல்ல. வெளி உலகில் மற்றவர்கள் நம்மை எப்படி நினைப்பார்கள் என்பதைப் பற்றியது அல்ல. வெளியிடங்களில் வேண்டுமானால் நாம் நமது பெயரை நல்ல முறையில் வைத்துக் கொள்ளலாம். உண்மையில் நாம் எப்படி இருக்கிறோம் என்பது பற்றி வெளி உலகம் அறிந்திருக்க அதிகம் வாய்ப்பில்லை. ஒரு மனிதனின் அகத்தில் எவ்வளவு தூய்மையாக இருக்கின்றாரோ அந்த அளவிற்குத்தான் அவர் இறை நாட்டத்தில் அதிகம் ஈடுபட முடியும். இல்லையேல் அவரது மனசாட்சியே அவரை கொன்று விடும். ஆகையால் உண்மையான ஆன்மீக தாகம் உடையவர்கள் எப்பொழுதும் தன்னை திருத்திக் கொள்ளவே முற்படுவர். தனது தவறுகளை திருத்திக்கொள்ள எப்பொழுதும் தயாராக இருப்பர். அதுவே நேர்மைக்கு அடிப்படை.

எனது வாழ்வில் நேர்மை என்பதை நான் நிச்சயம் எனது அணிகலனாகவே பார்க்கிறேன். அதே நேரம் நேர்மை என்பதை நான் கத்திபோல் பயன்படுத்தியது இல்லை. நிச்சயம் மற்றவரின் சூழ்நிலையையும் புரிந்துகொண்டு அவர்கள் மீது மென்மையாகவே அதை கையாண்டு உள்ளேன். சில சமயம் நமது உண்மையை வெளியே கூறும்போது அதனால் எந்த ஒரு பயனும் இல்லாமல் போகலாம். அதே நேரம் அது மற்ற உயிருக்குத் தேவையற்ற தொல்லை கொடுக்கக் கூடியதாகவும் இருக்கலாம். அந்த நேரத்தில் மிக சாமர்த்தியமாக, புத்திகூர்மையோடு நாம் செயல்பட வேண்டும். நேர்மை என்பதை வெறும்

வார்த்தையளவில் புரிந்துகொண்டு சூழ்நிலையை அறியாது கண்களை மூடிக்கொண்டு வாழ்க்கையில் கடைபிடிக்கும் பொழுது அது நிச்சயம் நமக்கு நல்ல அனுபவத்தைக் கொடுக்கும் என்று சொல்லி விட முடியாது. "பொய்மையும் வாய்மை யிடத்த புரைதீர்ந்த நன்மை பயக்கும் எனின்" என்பது வள்ளுவரின் வாக்கு. அதனால் சில சமயங்களில் ஒரு நன்மைக்காக நாம் உண்மையை மறைப்பதும், மாற்றி கூறுவதும் பெரிய தவறில்லை. ஆனால் நிச்சயம் இது அவரவர் உள் நிலையைப் பொறுத்து, மனசாட்சியை பொறுத்தேப் கையாளப்பட வேண்டும். இங்கு இதுதான் சரி, தவறு என்று மற்றவர்கள் எடைபோட்டு கூறுவதில் எந்த பயனும் இல்லை.

சில சமயம் நமது உண்மையை நாம் வெளியில் கூறும் பொழுது அது மற்றவரின் முன்பு ஒரு சிறிய அவமானத்தையும், நம்மை தாழ்வாக பார்க்கும் ஒரு சூழ்நிலையை ஏற்படுத்தவும் வாய்ப்பு உள்ளது. இருப்பினும் நாம் உண்மையாக இருக்கும் போது நமக்குள் மிகுந்த ஒரு சுதந்திரத்தை உணர்வோம். நமக்குள் மட்டுமல்ல, காலப்போக்கில் வெளி உலகிலும் நமக்கு அது நல்ல மதிப்பைப் பெற்றுத் தரும். எல்லாவற்றிற்கும் மேலாக இறைவன் முன்பு நாம் அமரும் பொழுது, நமக்குள் ஒரு பெரிய ஆனந்தமும், பாரமற்ற நிலையும் ஏற்படும். ஆயிரம் பொய்கள் கூறிவிட்டு சுயநலமாக வாழ்ந்து விட்டு இறைவன் முன்பு இயல்பாக எப்படி அமர முடியும்... என் குருவின் முன்பு எனது எல்லா போலிகளும் உதிர்ந்து போய், என்னைச் சரி செய்து கொள்ள நான் தயாராக இருக்கின்றேன் என்று கூறும் போது மட்டும் தான் அது உண்மையான மகிழ்ச்சியைத் தரும்... நிறைவைத் தரும்... அந்த தருணம் நமக்குக் கொடுக்கும் ஆனந்தத்தையும், நிம்மதியையும் வேறு எந்த செயலானாலும் உலகில் பெற்றுவிட முடியாது. குருவின் முன்பு திருந்தவே முடியாத, திருத்தவே முடியாத ஒரு உயிராக, அகங்காரம் நிறைந்த ஒரு உயிராக தெரிந்தே வாழ்வதை நான் வெறுக்கிறேன். எவ்வளவு சிறிய பிரச்சனையோ அல்லது பெரிய பிரச்சனையோ, தவறை உணர்ந்து தன்னைத் தானே திருத்திக் கொள்பவன் என்னைப் பொறுத்தவரை உண்மையான ஆன்மீகவாதி. எனவே இங்கு நேர்மை என்பது அவ்வளவு முக்கியத்துவம் பெற்றதாக உள்ளது.

மேலும் இறுதிவரை இதை யாராலும் வரையறுக்கவும் முடியாது. இதை மற்றவரிடம் நிரூபிக்கவும் அவசியமில்லை. நிச்சயம் அது நமக்கும் நமது இறைவனுக்குமான, குருவிற்குமான உறவு. வாழ்வானது நமக்கு எவ்வளவவோ தேர்வுகள் நடத்தும். இந்த வாழ்வில் நாம் சந்திக்கும் ஒவ்வொரு சூழ்நிலையிலும் நாம் ஏதோ ஒரு விதத்தில் நமது நேர்மையைப் பரிசோதித்துக் கொள்ள வேண்டிய நேரம் வரும். அது சிறிய அளவிலும் இருக்கலாம். பெரிய அளவிலும் இருக்கலாம். நாம் நினைக்கலாம்... பெரிய பெரிய விஷயங்களில் நேர்மையோடு இருப்பதுதான் மிக முக்கியம். மிக கடினமான விஷயம் என்று. ஆனால் உண்மையில் பல சமயங்களில் சிறிய, அற்ப விஷயங்களில் கூட நாம் நேர்மையாக இருப்பதற்குத் தயங்குவோம். பின்தங்குவோம். அந்த இடத்தில் கூட மிக கவனமாக நமது வார்த்தைகளிலும், செயல்களிலும் நாம் நேர்மையோடு இருக்கும் பொழுது நிச்சயம் நம்மை சுற்றி ஒரு நல்ல தூய்மையான அதிர்வுகளை நாம் பெற முடியும்.

குற்ற மனப்பான்மை ஒரு நோய்

ஆன்மீக வாழ்வில் ஒழுக்கம் என்பது ஒரு அடிப்படையான விஷயம் ஆகும். ஒழுக்கம் என்பது ஒரு மனிதனின் தனிப்பட்ட புரிதலினால் அமையவேண்டும். ஒரு மனிதன் தன் குணநலன்களை செம்மைப்படுத்தி, நேர்மையோடும் கண்ணியத்தோடும் வாழ்வது ஒரு அழகான வாழ்வு. ஆனால் அங்கு நிர்பந்தம் என்பது தேவையற்றது. நிர்பந்தத்தினால் வரும் ஒழுக்கம் நிரந்தரமானது அல்ல. அது எப்போது வேண்டுமானாலும் பின் தங்கலாம். தடம் மாறலாம். நிர்ப்பந்திக்கும் போது ஒரு கட்டத்தில் நமது மனம் ஒருவித பயத்தைப் பெற்றுவிடும். ஏனென்றால் அங்கு சமூகத்தின் பார்வை தான் முக்கியத்துவம் பெறுகிறது. நடைமுறையில் நிறைய பேர் இவ்வாறு தான் வாழ்கின்றனர்.

முதலில் தன் சுய தெளிவினால் தேடப்பட்ட பெறப்பட்ட கண்ணியமும் ஒழுக்கமும் பிறகு சமூகத்தினால் கட்டாயமாக்கபடுகின்றன. ஆன்மீக வாழ்வில் ஒரு சாதகர் தன்னைத் தானே முதலில் நேசிக்க வேண்டும். தனது தேவை என்ன, வாழ்வின் பயணத்தில் தான் கற்றதும் பெற்றதும் என்ன என தெரிந்து வைத்திருக்க வேண்டும். தன்னைப் பற்றிய ஒரு புரிதலும், நேர்மையும் கட்டாயம் வேண்டும். உதாரணத்திற்கு காலையில் நேரமாக எழுவதை எடுத்துக்கொள்ளலாம். நாம் உண்மையில் நேரமாக எழ வேண்டும் என்று எண்ணுவோம். ஆனால் நமக்குள் எவ்வளவோ காரணங்கள் இருக்கும். மனதளவில் சோர்ந்து போயிருக்கலாம். எனவே நம் நிலை என்ன, அதற்கு என்ன செய்யலாம் என்ற புரிதலோடு தான் அதை அணுக வேண்டுமே தவிர நாம் ஏதோ தோற்று விட்டோம் என எண்ணக்கூடாது. மற்றவரையும் அது போன்ற குற்ற மனப்பான்மைக்கு தள்ளக்கூடாது. வாழ்வு

என்பது அன்பிலும் புரிதலிலும் அமைய வேண்டுமே தவிர வெற்று பெருமைக்காகவும், நிர்பந்தத்திற்காகவும்இருக்கக்கூ டாது. ஒருவரை ஊக்குவிக்க வேண்டும் என்றால் முதலில் அன்பான வார்த்தைகள் மூலம் பிரச்சனையை அவருக்கு புரிய வைக்க வேண்டுமே தவிர மற்றவரை தேவையற்ற குற்ற மனப்பான்மைக்கு தள்ளக் கூடாது. ஏனென்றால் வெளி உலகில் தன்னை புரிந்து கொள்ள, தனது பிரச்ச னைகளை புரிந்து கொள்ள யாரும் இல்லை என்ற நிலைக்கு ஒருவர் தள்ளப்படும் பொழுது பிறகு தன் எண்ணங்களையும் உணர்வுகளையும் மூடிவைக்க முற்படுவார். வெளி உலகில் பகிர்ந்து கொள்ள யாருமில்லை என்ற நிலைக்கு தள்ளப்படுவார். பிறகு தன்னுள் உழன்று கொண்டு ஒருவித சுதந்திரம் இல்லாமல் போலி வாழ்க்கையை வாழ ஆரம்பிப்பார். இதனால் என்ன லாபம்?

ஆன்மீகம் என்பது தன்னைத் திருத்திக் கொள்ளவும் செம்மைப்படுத்தவுமே அன்றி வெறும் வறட்டு கௌரவத்திற்காகவும், இந்த சமூகத்தின் பார்வைக்காகவும் அல்ல. அவற்றில் சிக்கிக்கொண்டு தன்னையே புதைத்து விடும் மனிதர்க்கு வளர்ச்சி ஏது? எந்த ஒரு உணர்வு ரீதியான போராட்டத்திற்கும், மன ரீதியான கேள்விகளுக்கும் உடலளவிலான தேவைகளுக்கும் அன்பும் புரிதலும் தான் வழிகாட்டுமே தவிர இங்கு கௌரவத்திற்கு இடமில்லை. அவ்வாறு ஒரு மனிதன் சிக்கி விட்டால், பிறகு அவரே மீண்டு வருவதை தவிர வேறு வழியில்லை. இங்கு நமக்கு ஒழுக்க ரீதியான விதிமுறைகள் தேவையில்லை எனக் கூறவில்லை. அதே நேரத்தில் ஒரு மனிதன் தன் விருப்பத்தையும், தேவையையும், போராட்டத்தையும் வெளிப்படுத்த, தேவையானதைப் பெற்றுக் கொள்ள நிச்சயம் ஒரு அனுசரணையான சூழ்நிலை தேவை. அது கிடைக்கப் பெறாத இடமும், சூழலும், நட்பும், குடும்பமும் ஒரு உயிரின் வளர்ச்சிக்கு எந்த விதத்திலும் உதவப் போவதில்லை. விதிமுறையில் ஒரு புரிதல் வேண்டும். எங்குமே, யாரையுமே இதுதான் சரி, இது தவறு என்ற எல்லைக்குள் அடக்கிவிட முடியாது. வாழ்வென்பது எத்தனை பெரியது என்பதில் சிறப்பில்லை. எத்தனை அன்பும், அறிவும், அழகும், புரிதலும் பண்பும் கொண்டது என்பதைக் காணவேண்டும். இருப்பதிலேயே மேம்பட்ட ஒரு வாழ்வை வாழ வேண்டும். நமது பேச்சில்,

நடத்தையில், பார்வையில் அன்பும், கருணையும், புரிதலும் இழைந்தோட வேண்டும். ஒரு உயிருக்கு எந்தவித குற்றமனப்பான்மையையும் ஏற்படுத்துவதுவதை விடுத்து அந்த உயிரை எந்த ஒரு சூழ்நிலையிலும் தனக்கென்று ஒரு தெளிவோடு வாழுமாறு ஒரு சூழ்நிலையை ஏற்படுத்திக் கொடுக்க வேண்டும். அதே நேரம் கட்டுப்பாடற்ற, நேர்மையற்ற மனிதர்களுக்கு ஒரு கடிவாளம் வேண்டும். இரண்டும் சரியான அளவு அமையப்பெற்ற சமூகமே மக்களை உயிர்த்தெடுக்கும். சிறந்த மக்களை உருவாக்கும்.

ஆன்மீக வாழ்வின் மொத்த சாரமும் இருப்புநிலை. ஒரு மனிதனின் அடிப்படையான தேடுதலின் நிறைவும், ஆன்மீக வாழ்வின் அதிகபட்ச உன்னதமும் இருப்புநிலை. ஒரு சாதகன் நேற்றைய நினைவுகளால் ஏற்படும் பாதிப்பை கடந்து, நாளைய நாளின் பயத்தை களைந்து, தன்னுள் இத்தருணத்தில் குடி கொள்வது இருப்புநிலை. இந் நிலையில் உள்ள உயிர்கள் அதிகபட்ச உச்சநிலையை ஆன்மீகத்தில் பெற்றுவிட்டதாக உணர்வர். ஏனெனில் ஒரு மனிதனின் அதிகபட்ச முயற்சி இருப்பு நிலையில் இருப்பதே. இதை ஒரு கட்டாயத்தின் பேரில் பெற முடியாது. நமது மனமானது பழைய நினைவுகளில்

மூழ்கி விடுவதும், புதியவற்றைக் கற்பனையில் உருவாக்கிக் கொள்வதும் மிக இயல்பு.

விழிப்புணர்வு எனும் வரத்தின் மூலம் இவற்றைக் கடந்து இருப்பு நிலையைப் பெற முடியும். விழிப்புணர்வு என்பது மனதை கட்டாயத்தின் பேரில் அடக்குவது அல்ல. மனதை தள்ளி வைத்து பார்ப்பது. மனதை சற்று தள்ளி வைக்கும் போது நமது எண்ணங்கள் வலுவிழந்து விடுகின்றன. பிறகு அதிகப்படியான போராட்டங்கள் தேவையில்லை. விழிப்பு பெற்ற மனிதர் தான் தவறுவதையும் பார்க்கிறார். தன்னையே கண்ணாடியில் பார்ப்பது போல தனது எல்லா விஷயங்களையும் பார்க்கிறார். பிறகு அர்த்தமற்ற எண்ணங்களுக்கு முக்கியத்துவம் கொடுக்காமல் விட்டு விடும் போது மனம் அமைதியடைகிறது. தன் இருப்பில் இருக்கிறார். இருப்பு நிலைக்கு ஒரு மாற்று இல்லை. அது பரிசுத்தமானது. அதுவே உன்னத நிலை. ஒரு சாதகர் விருப்பபட்டு இருப்பு நிலையில் இருக்கிறார். அங்கு அவர் அவராக இருக்கிறார். எதிர்காலம் குறித்த பயம் இல்லை. எதிர்காலம் என்பது நிகழ்காலத்தின் விளைவு அல்லது எதிர்காலம் என்ற ஒன்று இல்லை என்பது புரிந்துவிடுகிறது. எனவே இந்த கணத்தை அனுபவிக்கிறார். அங்கு ஆனந்தம் மட்டுமே உள்ளது. அதனால் புரிதல் உள்ளது. கருணை உள்ளது. பணிவும் பக்தியும் உள்ளது. இருப்பில் அனைத்துமே உள்ளது. அதுவே ஒரு சாதகரின் அதிகப்படியான உன்னத நிலை.

இருப்பு நிலை என்பது ஒரு மலர் மலர்வது போல ஆனந்தத்தையும் சுகந்தத்தையும் தரும். ஆனால் அந்த மலரைச் செயற்கையாக மலர வைக்க முடியாது. இதற்கு ஒரு உள்ளார்ந்த புரிதல் தேவை. ஒரு சாதகர் கிட்டதட்ட தன் பற்றினைத் துறந்து, தூய்மையான இருப்பின் மகத்துவத்தை அறிந்து அதில் இலயிக்கிறார். இருப்பு நிலையில் உள்ளவர்கள் இக்கணத்தில் வாழ பழகி விட்டால் அதை அனுபவிக்க ஆரம்பித்து விட்டால் அவர் வாழ்வின் பல மேன்மைகளைப் பெற்று விடுகிறார். இருப்பின் நிலையின் மகத்துவம் அத்தகையது. ஒருவருக்கு நேற்றைய நினைவுகளின் பாதிப்பு இல்லாத போது என்ன நேரிடுகிறது? மனமானது தேவையற்ற கசப்பான எண்ணங்களிலிருந்து விடுபடுகிறது. வெறுப்பு, கோபம், கவலை போன்றவற்றில் இருந்து சிறிது சிறிதாக

மனம் விடுபடுகிறது. அப்போது இத்தருணம் முழுமையாக ஒருவருக்கே கிடைக்கிறது. அவரது ஈடுபாடு முழுமையாக தான் செய்யும் செயலில் இருக்கிறது. அப்போது அவரின் வேலை செய்யும் திறன் அதிகரிக்கிறது. கையிலுள்ள வேலையை மிகுந்த ஆர்வத்தோடு ஆனந்தமாக தன்னால் செய்ய முடிகிறது. அதே நேரத்தில் எதிர்காலம் பற்றிய எண்ணங்களைத் தள்ளி வைத்து பார்க்கும்போது, எதிர்காலம் பற்றிய தேவையற்ற பயம் நம்மை விட்டு விலகி விடுகிறது. எதிர்காலம் என்பது நம் எண்ணங்களில் இல்லை. அது நிகழ்காலத்தினை நாம் எப்படி கையாள்கிறோம் என்பதில் உள்ளது என்பது புரிந்துவிடுகிறது. எனவே நிகழ்காலத்தைச் சரியாக கையாளவேண்டும் என்ற தெளிவும் உத்வேகமும் பிறக்கிறது. நமது நிகழ்கால செயல்கள் சிறப்பு அடைகின்றன. அதே நேரம் உள் சூழ்நிலை இன்னமும் மேம்படுகிறது. அங்கு கோபம், பயம், வெறுப்பு, பொறாமை இவை எதுவும் இல்லாததால் அங்குஅமைதியும் ஆனந்தமும் குடிகொள்கிறது. அதுவே இறைவனின் சன்னதி.

எவ்வித காரணமுமின்றி ஒரு உயிரானது தன்னுள் இருப்பதும், அதனால் பெரும் ஆனந்தத்தை அனுபவிப்பதுமே அதிகபட்ச உயர்ந்த நிலை. ஒரு உயிரின் முயற்சியினால் பெறக் கூடிய அதிகபட்ச உயர்ந்த நிலை. இதை பெற்றபின் உயிரானது தன்னிறைவு அடைந்து விடுகிறது. அதன்பின் வாழ்வின் பிற எந்த சுகமும் உயர்வும் இதைவிட பெரிதல்ல என்பது புரிந்துவிடுகிறது. எனவே உயிரானது தன்னை யாருடனும் ஒப்பிட்டுப் பார்ப்பதில்லை. இந்நிலை ஒரு திறமை அல்ல. அது மனதின் இயல்பை, வாழ்வினைப் புரிந்து கொண்ட பிறகு மிக இயல்பாக விரும்பி ஏற்கும் ஒரு நிலை. ஒன்றுமற்றதில் ஆனந்தம் பெற்ற பிறகு அதை எதனுடன் ஒப்பிடுவது? அங்கு ஒப்பிட ஒன்றுமில்லை. இது தான் திறமையினால் பெற்றதல்ல என்பதும், இந்நிலை அனைவருக்குமான வாய்ப்பு என்பதும் புரிந்து விட்ட பிறகு அங்கு கர்வம் கொள்ள என்ன இருக்கிறது? பணிவும், பக்தியும் இயல்பாகவே வந்து விடுகிறது.

அற்ப விஷயங்களை அகற்றுவோம்

ஆன்மீகம் என்பது ஒரு மனிதனின் அதிகபட்ச தேடுதல். உன்னதத் தேடுதல். ஒரு உயிர் மிக உயர்ந்த ஒன்றைத் தன் வாழ்வில் அணுகும் தருணம். இவ்வுலகில் எவ்வளவோ விஷயங்கள் இருக்கலாம். ஆனால் ஆன்மீகத்தினை நாம் எதனோடும் ஒப்பிட முடியாது. உண்மையில் ஒரு பக்குவமடைந்த உயிர் மட்டுமே ஆன்மீக வாழ்வை அணுகுகிறது. இவ்வுலகில் கல்வி, பொருள், புகழ், சேவை, அன்பு, குடும்பம் என அனைத்தையும் பார்த்த பிறகும் மனதில் ஏதோ ஒரு வெற்றிடம் இருப்பதை உணர்ந்து, ஆன்மீகமே இறைத்தன்மை மட்டுமே அதை சரி செய்ய முடியும் என உணர்ந்து அணுகப்படும் விஷயமே ஆன்மீகம். எனவே இங்கு அற்ப விஷயங்களுக்கு இடமில்லை. ஆன்மீகம் என்பது ஒரு உயிரின் அதிகபட்ச தேடுதல். எனில் அது ஒரு வாழ்வின்

படிநிலை அல்ல. அதுவே கடைசிப் படி, உயர்ந்தபடி. அப்படி இருக்கும்போது ஒரு உயிரானது மிகவும் பக்குவப்பட்டிருக்க வேண்டும்.

ஒரு தொழிலில் ஏற்படும் சிரமங்கள் போல போட்டி, பொறாமை, தாழ்வு மனப்பான்மை, அகங்காரம் இப்படிப்பட்ட குணங்களுக்கு இங்கு ஒரு இடமும் இல்லை. ஒரு உயிர் மற்றவரைப் போட்டியாக பார்க்கும்போது ஆன்மீகத்தில் என்ன எதிர்பார்க்கப்படுகிறது.?... நாம் மற்றவரை விட தியானம் செய்ய வேண்டும், யோகா செய்ய வேண்டும், நானே மற்ற எல்லோரையும் விட பக்திமான் என்ற எண்ணங்கள் வரும்போது ஆன்மீகத்தில் அவர்கள் எதை எதிர்பார்க்கிறார்கள்?... சிறந்த பத்தியாளர், சிறந்த சாதனைச் செய்பவர் இதுபோன்ற விஷயங்களுக்கு ஆன்மீகத்தில் என்ன பொருள் உள்ளது?... இது போன்ற எண்ணங்கள் ஆன்மீகத்திற்கு எந்த ஒரு பொருளையும், அறிவையும் சேர்ப்பதில்லை. ஆன்மீகம் என்ற முகமூடி அணிந்து கொண்டு மீண்டும் அதே அற்ப செயல்களைச் செய்வதற்கு ஆன்மீகம் எதற்காக? வெறும் பேருக்கு மட்டுமே ஆன்மீகம் இங்கு. உண்மையில் இதுபோன்ற சாதகனுக்கு ஆன்மீகத்தில் நாட்டம் இருப்பதில்லை.

நாம் ஒரு செயலில் இறங்கும் போது அல்லது குழுவாக செயல்படும்போது பல நேரங்களில் நமது பாதுகாப்பு பற்றிய பயம் வருகிறது. மற்றவர் முன்பு நம்மை நாம் நிலைநிறுத்தாவிடில் ஒதுக்கப்பட்டு விடுவோமோ, நிராகரிக்கப்பட்டு விடுவோமோ என்ற பயம் எழுகிறது. எனவே மனிதன் ஆன்மீகத்தை மறந்துத் தன்னை தற்காத்துக்கொள்ளும் செயல்களில் ஈடுபட ஆரம்பித்து விடுகிறார். பிறகு தன் குணநலன்களை இழக்கிறார். பொய் கூறலாம், புறம் பேசலாம், மற்றவர்களை மட்டம் தட்டி தனக்குரிய இடத்தைத் தேடலாம், அதிகாரத்திற்கு ஆசைப்படலாம் இப்படி எவ்வளவோ விஷயங்கள் உள்ளன. ஆன்மீகத்திற்கும் குணநலத்திற்கும் என்ன சம்பந்தம் இருக்கிறது என நமக்குத் தோன்றலாம். உண்மையில் ஒரு ஆன்மீக சாதனையாளரின் நோக்கமென்ன? இறைவனை அடைதல். அவ்வளவே. அதற்கு என்ன செய்யவேண்டும்? இறைவனை அடைவதே அவரின் முதல் நோக்கமாக இருக்கவேண்டும். இது கட்டாயத்தின் பேரில் நிகழ்வதில்லை. இது ஒரு உயிரின் உள்ளார்ந்த தேடுதல்

ஆக இருக்கவேண்டும். அந்த மனிதருக்கு இதர விஷயங்களில் தானாகவே ஆர்வம் குறைந்துவிடும். தனக்கென்று ஒரு இடம் வேண்டும். அதைப் பாதுகாத்துக் கொள்ள வேண்டும் என்பது போன்ற பாதுகாப்பு உணர்வு, பய உணர்வு உண்மையில் அவர்களுக்கு இருப்பதில்லை. ஆன்மிக சாதகர்கள் உலகில் ஜீவிக்க தனக்கு என்று ஒரு இடம் வேண்டும்... உண்மைதான்... அதில் ஒன்றும் தவறில்லை. ஆனால் சுயநல உணர்வோடு மிக அற்ப விஷயங்களில் தன்னை ஈடுபடுத்திக் கொண்டு அவற்றில் தன் மனதைச் செலுத்துவது ஒரு சாதகருக்கு அழகல்ல.

நாம் பல்வேறு செயல்களில் ஈடுபடும் பொழுது அதில் பல பிரச்சினைகளைச் சந்திக்க நேரலாம். அப்போது மிகுந்த சிரத்தையுடனும், பொறுப்புணர்வோடும் நாம் வேலை செய்ய வேண்டி உள்ளது. அதில் உள்ள பிரச்சனைகளை எதிர்கொள்ள வேண்டியுள்ளது. அதைப்பற்றி எந்த சந்தேகமும் இல்லை. அதே நேரத்தில் நாட்பட நாட்பட நமது வேலைகளில் நாம் சிக்கிக் கொள்ளும் பொழுது அந்த வேலையில் நமக்கென்று ஒரு இடம், அதற்கான உயர்வு தாழ்வுகள் இது பற்றிய சிந்தனையில் நமது மனம் சென்று விடுகின்றது. தெரிந்தோ தெரியாமலோ பல ஆன்மிக சாதகர்கள் அதுபோன்று சிக்கிக் கொள்கிறார்கள். நிச்சயம் அது ஆன்மீக வாழ்விற்கு நல்லது அல்ல. நாம் செய்யும் வேலை என்பது அந்த நேரத்திற்குத் தான் தேவையாக உள்ளது என்ற நினைவு எப்பொழுதும் நமக்கு இருக்க வேண்டும். மனதை எப்பொழுதும் நாம் இவ்வாறு விழிப்புணர்வுடன் வைத்துக்கொள்ளும் பொழுது அர்த்தமற்ற விருப்பு வெறுப்புகளில் சிக்கிக் கொள்வதை நிச்சயம் தவிர்க்கலாம். ஏனென்றால் மனத்தூய்மையும் இறை நோக்கமும் ஒரு நாணயத்தின் இரண்டு பக்கங்கள் போன்றவை. மனதை எந்த அளவிற்கு நாம் மிகுந்த தூய்மையுடனும், விருப்பு வெறுப்புகளைக் குறைத்தும் வைத்திருக்கிறோமோ அந்த அளவிற்கு நமது தேடுதலில், நமது நோக்கத்தில் நாம் முன்னேறி செல்கின்றோம்.

இறைவனை அடைவதே வாழ்வின் நோக்கமாக கொண்டவருக்கு வாழ்வின் தர்மம் பற்றி யாரும் கற்றுக்கொடுக்கத் தேவையில்லை. அவரும் வெளியிலிருந்து, புத்தகத்திலிருந்து எதையும் அறிய கட்டாயம் ஒன்றுமில்லை. மாறாக வாழ்வின் ஒவ்வொரு சூழ்நிலையையும் தன் உள்ளார்ந்த அறிவோடும்,

உள்ளுணர்வோடும் அணுக வேண்டும். அந்த இடத்திற்கு அந்த சூழ்நிலைக்கு என்ன தேவையோ அதை செய்ய வேண்டும். அதை முழுமனதோடு செய்ய வேண்டும். அதில் தர்மம் என்றும் நிலைபெற்றிருக்கும். ஒரு ஆன்மீக சாதகர் வாழ்வில் என்றும் தடுமாறுவது இல்லை. உண்மை நிலையில் வாழ்வதற்கு எங்கும் பயிற்சி எடுத்துக்கொள்ள வேண்டிய அவசியமில்லை. தனது நோக்கத்தில் தெளிவாக உள்ளவர்கள் எப்பொழுதும் சரியான செயல்களையே செய்கின்றனர். ஒரு மனிதர் அறியாமையினால் தவறு செய்யலாம். ஆனால் தெரிந்தே தவறு செய்பவர்கள், சுயநலமாக வாழ்பவர்கள், குறுகிய மனம் கொண்டவர்கள், அற்ப விசயங்களில் போட்டி, பொறாமை, தன்முனைப்பு, ஏமாற்று செயல்களில் ஈடுபடுபவர்கள் நிச்சயம் தங்களது பாதையில் முன்னேறுவது கடினம். பேருக்கு வேண்டுமானால் தன்னை ஆன்மீகவாதி என்று அழைத்துக் கொள்ளலாம். ஆனால் உண்மையில் எந்த பிரயோஜனமும் இல்லை. தெரிந்தே தவறு செய்பவர்களை என்ன செய்ய முடியும்? அவர்கள் மாறினால்தான் வாழ்வு மாறும். அவ்வளவே…

வாழ்வில் ஒரு ஆன்மீகவாதி போல் உடையணிந்து கொண்டு, பேசிக்கொண்டு, தனக்கென்று வெளியில் ஒரு அடையாளத்தை ஏற்படுத்திக் கொண்டு வாழ்வதால் எந்த பிரயோஜனமும் இல்லை. ஆன்மீகம் என்பது இறை அனுபவத்தைப் பருகுவது. எனவே இதில் வெளி உலகிற்கு பறைசாற்ற ஒன்றுமில்லை. இது முழுக்க முழுக்க தன்னைப் பற்றியது. தனக்குள் எப்படி உள்ளோம் என்பதைப் பற்றியது. ஒரு மனிதன் உண்மைக்குப் புறம்பாக நடக்கும் பொழுது ஆன்மீகவாதி போல் வாழலாமே தவிர எந்த முன்னேற்றமும் இருக்க முடியாது. அவர்களே அவர்களை ஏமாற்றிக் கொள்வது போன்றது. வாழ்வில் நம்மை நாம் முழுமையாக வாழ இந்த மொத்த வாழ்வே ஒரு சந்தர்ப்பம் தான். எவ்வளவு தருணங்கள் நம் கைகளில் உள்ளன. தனி மனித உறவுகளில், வேலை செய்யும் இடத்தில், பெற்றோரிடத்தில், மனைவி குழந்தைகள், வாடிக்கையாளர்கள், நண்பர்கள் என நம்மை செம்மைப்படுத்திக் கொள்ள ஒரு அற்புதமான வாய்ப்பு இவ்வாழ்வில் கிடைத்திருக்கிறது. நாம் அணுகும் ஒவ்வொரு நபரிடமும், ஒவ்வொரு நேரமும், ஒவ்வொரு சூழ்நிலையிலும் நமக்காக ஒரு தருணம் காத்திருக்கின்றது. இந்தத் தருணமே

நம்மால் நம்மை மாற்றிக்கொள்ள முடியும். ஆனால் அது அவரவரின் உள்ளார்ந்த தேடுதலையும், அதன் தீவிரத்தையும் பொறுத்தது. இவ்வளவு உன்னதமான நோக்கத்தை வாழ்வில் பெற்று விட்டு மிகவும் அற்பமாக சிந்திப்பது, செயல்படுவது வேதனைக்குரிய விஷயமாகும். நான் எப்போதுமே இவ்வாறு நினைப்பதுண்டு. அதாவது நமது பிரச்சினைகளில் கூட ஒரு தரம் இருக்கவேண்டும்... அற்பமாக நமது பிரச்சினைகள் இருக்கக்கூடாது. நம்மீது வைக்கப்படும் விமர்சனங்களில் கூட ஒரு தரம் இருக்க வேண்டும். எனவே அற்ப விஷயங்களைத் தவிர்ப்போம். வாழ்வில் உன்னத நோக்கத்திற்காக, திறந்த தூய்மையான மனதோடு இந்த வாழ்வை அணுகுவோம். மேம்படுவோம்.

உன் வழியே உன்னைச் சேர்க்கும்

ஆன்மீக வாழ்வில் பல விதமான மனிதர்கள் உள்ளனர். அடிப்படையில் இவ்வுலகில் ஒவ்வொரு மனிதருமே தனித்துவம் படைத்தவர்கள். ஒருவரின் புரிந்துகொள்ளும் அறிவாற்றல், உணர்வுநிலை, அவர் வளர்ந்த சூழ்நிலை, வாழ்வில் அவர் பெற்ற அனுபவங்கள் என அனைத்துமே மனிதருக்கு மனிதர் வேறுபடும். ஆகையால் ஒரு மனிதரின் வாழ்வின் மீதான அணுகுமுறையும் வேறுபடுகிறது. எனில் ஆன்மீக வாழ்விலும் இதே நிலைதான். சிலர் தம்மைச் சரிசெய்துகொள்ள வேண்டும் என்பதில் முனைப்பாக இருப்பர். சிலர் தீவிரமான சாதனையில் இருப்பர். சிலர் பக்தி நிலையில் இருப்பதையே விரும்புவர். அந்த நிலை ஏற்பட விழைந்து காத்திருப்பர். சிலர் மிகுந்த விழிப்புணர்வுடன் இருப்பர். எனில் இவர்களது வாழ்வில் நடைபெறும், புரிந்துகொள்ளப்படும் விஷயங்கள் அனைத்தும் மற்றவர்க்குப் புதிராக இருக்கலாம். சிலர் அதில் உடன்படாமலும் இருக்கலாம். ஆனால் மிக மேலோட்டமாக விஷயங்களைப் பார்த்துவிட்டு ஒருவரைப் பற்றிய முடிவுக்கு வருவது சரியான செயல் அல்ல. நாம் பின்பற்றும் முறை தான் சரி, மற்ற விஷயங்கள் தவறு என நினைப்பது முதிர்ச்சியற்ற செயல்.

மேலும் அடிப்படையில் ஒரு மனிதனுக்கு இறைவனைப் பற்றிய தாகம் இருப்பது தேவையான ஒன்று. இறைதாகம் உள்ளவர்களால் வேறு உலக விஷயங்களில் கவனம் கொண்டு ஆன்மீக செயல்களில் பின்தங்க முடியாது. முதலில் தனக்குத் தெரிந்த வழியில் தன்னால் இயன்ற வழியில் ஈடுபாட்டுடன் ஆன்மீகத்தில் முன்னேறிச் செல்வர். அவரால் கவனமற்று வேறு பாதையில் செல்ல முடியாது. அது உண்மையில் தேடுதல் கிடையாது. தேடுதல் என்பது வளர்த்தெடுப்பதல்ல. அது நம்முள் ஊற்றெடுப்பது. உண்மையில் ஆன்மீக தாகம்

ஏற்பட்டுவிடின் அங்கு அம்மனிதரை ஊக்குவிக்க ஒன்றும் இல்லை. அதை வளர்த்தெடுக்க மற்ற யாரும் பாடுபட தேவையில்லை. அது தனி மனிதரின் உள்ளே ஏற்படும் ஒரு தாகம். அவரது குருவானவர் அவரது பாதைக்கு வழி காட்டுவார். அது வேறு விஷயம். ஆனால் ஒரு மனிதருக்கு குழப்பம் ஏற்படும் போது மற்றவர்கள் தெளிவுபடுத்தலாம். அல்லது தளர்வுறும் நேரங்களில் ஆறுதலாக இருக்கலாம். ஆனால் யாரும் யாருக்கும் போதனைகள் வழங்குவதும், ஒருவரைப் பற்றிய முடிவுக்கு வருவதும் தேவையற்ற செயல் ஆகும். ஒருவருக்கு நிறைவான தேடுதல் இருப்பின் அவர் சரியோ தவறோ முன்னேறிக் கொண்டே இருப்பார். சிலர் அமைதியான முறையில் பதட்டமின்றி முன்னேறுவர். சிலர் சறுக்கல்களைச் சந்தித்து தன்னைத் தெளிவாக்கிக் கொண்டு முன்னேறுவர். வாழ்வு கற்றுக்கொடுக்கும் பாடங்கள் மனிதருக்கு மனிதர் வேறுபடும்.

இங்கு ஒருவர் சரியாக செல்கிறார், ஒருவர் தவறு செய்துவிட்டார் என்று ஒன்றும் இல்லை. நாம் நமக்கு சரி என்று தோன்றுவதைத் தயங்காமல் செய்ய வேண்டும். நம் பாதையில் நாம் எப்படி இருந்தோம், என்ன கடந்து வந்தோம், இப்போது எப்படி இருக்கிறோம் என்பதை நாம் அறிவோம். முன்பு எவ்வளவு விஷயங்களில் தடுமாறிய நாம் இன்று எவ்வளவு அழகாக அவற்றை கடந்து வந்துள்ளோம். கசப்பான அனுபவங்கள் கூட இன்று எப்படி நம்மை செதுக்கி செம்மையாக்கி உள்ளன என்பதை நாம் அறிவோம். இங்கு மற்றவரின் பார்வையும் மற்றவரோடு ஒப்பிடுவதும் தேவையற்றது. இங்கு பொதுவிதி, பொதுவான பாதை என்று ஒன்றுமில்லை. ஒவ்வொரு உயிரின் வாழ்வும் பாதையும் சிறப்பு மிக்கது. தனித்துவம் வாய்ந்தது. அதை மற்றவரால் முழுமையாக புரிந்து கொள்ள முடியாது. பொதுவான விதி என்ற பெயரில் இதைச் செய்தால்தான் ஆன்மீகம் அதைச் செய்தால் தான் ஆன்மீகம் என்பது முதிர்ச்சியற்ற பார்வை. ஒரு ஆன்மீக சாதகர் பலவழிகளில் முன்னேறுகிறார். தன் விழிப்புணர்வில், தன் உணர்வு நிலையில், சமநிலையில், புரிந்து கொள்ளும் தன்மையில், சாதனா செய்வதில், பக்தியில், சுய ஒழுக்கத்தில், நேர்மையில், அன்பில், சுயபரிசோதனையில், கருணையில், செயல்படும் திறனில், அர்ப்பணிப்பு உணர்வில்,

தன்னலமற்ற சேவையில் என அனைத்திலுமே அவர் முன்னேறுகிறார். ஒருவருக்குள் பல விஷயங்கள் உள்ளன. ஏதாவது ஒன்றைப் பற்றிக்கொண்டு சிறிதுசிறிதாக மற்றவற்றில் தெளிவு பெறுகிறார். ஒரே சமயத்தில் அனைத்தும் கைவரப் பெற்றவர்கள் உள்ளனர். அவர்கள் நிச்சயம் மற்றவர்களுக்கு உறுதியாகவும், உறுதுணையாகவும் தான் இருப்பார்களே தவிர யாரையும் ஒப்பிட மாட்டார்கள். தேவையற்ற போதனைகள் வழங்கமாட்டார்கள்.

எனில் இங்கு அவரவர்க்கு ஒரு பாதை உள்ளது. உங்களின் உள்தன்மையோடு தொடர்புகொண்டு அது காட்டும் பாதையில் துணிந்து நேர்மையோடும நடை போட வேண்டுமே தவிர மற்றவரின் பார்வைக்கும் ஒப்பிடுதலுக்கும் பலியாகி விடக்கூடாது. உங்கள் பாதையைத் தேர்ந்தெடுங்கள். முதலில் உங்களை நேசியுங்கள். உங்கள் உணர்வுகளுக்கு முக்கியத்துவம் கொடுங்கள். மற்றவரின் பார்வையில் உங்களை மதிப்பிடாதீர்கள். மற்றவரின் மதிப்பீடுகளுக்கு ஆளாகி குற்ற மனப்பான்மை கொள்ளவேண்டிய அவசியம் இல்லை. உங்களுக்கு வேண்டியவர்களின் தேவையும் அரவணைப்பும் அவசியம் எனில் பெற்றுக் கொள்ளலாம். ஆனால் இங்கு முழுக்க முழுக்க இது உங்கள் பயணம். அதை செதுக்கி செப்பனிட வேண்டியது நீங்களே. உங்கள் வாழ்வின் பாதையை, பயணத்தினை மிகுந்த அன்புடனும், கருணையுடனும், நேர்மையுடனும் அணுகுங்கள். நிச்சயம் உங்களுக்கான வாசல் திறக்கும். மேம்படுவோம். தவறுகளைச் சரி செய்வோம். மனதை இலகுவாக வைத்துக் கொள்வோம். நாம் என்று சுயநிறைவோடு ஆனந்தமாக நடைபோடுகிறோமோ அப்போதுதான் மற்றவர்க்கும் நாம் இனிமையானவராக இருப்போம். இது நிச்சயம் எனது போதனை அல்ல. என் வாழ்வில் நான் கற்ற உண்மை. அவ்வளவே... அதை உங்களுடன் பகிர்ந்து கொள்கிறேன்.

பண்பெனும் நலன்

நமது குணநலன்களுக்கு என்றும் ஒரு எல்லை இல்லை. ஒரு மனிதன் இரண்டு விதமாகவும் இருக்கலாம். மிகக் குறுகிய எண்ணத்தில் வாழலாம். மிக உயர்ந்த நிலையையும் அடையலாம். நமது வாழ்வு, நமது மனநிலை நம்மைச் சுற்றியுள்ள மனிதர்களைப் பொறுத்து பாதிக்கப்படுகிறது. நாம் எந்த விதமான மனிதர்களை நம்மை சுற்றிலும் பெற்றுள்ளோமோ அதைப் பொறுத்து நமது மனநிலை சிறிதாவது மாறுகிறது. மிகக் குறுகிய மனம் கொண்ட மனிதர்கள், பொறாமை, போட்டி, குரோதம் கொண்ட மனிதர்கள் இருப்பின் அந்த சூழ்நிலையும் கெட்டுவிடுகிறது. அத்தகைய சூழலில் நாம் வாழும்போது என்னதான் நாம் நம்மில் மிக உயர்ந்த எண்ணங்களைக்

கொண்டிருந்தாலும் நாம் இருக்கும் சூழ்நிலையைப் பொறுத்து நமது எண்ண ஓட்டங்களும் தடுமாறுகின்றன. உண்மையில் நமக்கு அது போன்ற ஒரு விருப்பம் இல்லை எனினும் நாம் அத்தகைய விவாதங்களில் கலந்து கொள்ள வேண்டி இருக்கும். இன்றைய காலகட்டத்தில் நாம் வாழும் சூழ்நிலை பெரும்பாலும் நமக்கு ஒரு சாதகமான சூழ்நிலையாக இருப்பதில்லை. நம்மிடையே விவாதங்களும், கருத்து வேறுபாடுகளுமே அதிகம் உள்ளன. ஒருவரை ஒருவர் போற்றுவது, விட்டுக்கொடுப்பது, ஆறுதல் கூறுவது இது போன்ற குணங்கள் பெரிதும் இல்லை. மாறாக நம்மிடையே குற்றம் காண்பது, தடைகளை உருவாக்குவது, புறம் பேசுவது போன்ற எண்ணங்கள் தான் மேலோங்கி உள்ளன.

எனில் நாம் வாழ்வு முழுவதும் இப்படித்தான் வாழவேண்டுமா? நமது எண்ணங்களில் மேன்மை இல்லையா? நிச்சயம் நாம் அப்படி இருக்க வேண்டிய அவசியமில்லை. அடிப்படையில் நாம் நம்மை மிக உயர்ந்த எண்ணங்களைக் கொண்டு இருந்தால் அவற்றை பாதுகாக்க வேண்டும். இன்னமும் மேம்படுத்த வேண்டும். நம்மிடம் உள்ள உயர்ந்த குணங்களை நாம் என்றும் மறந்து விடக்கூடாது. நமது பரிவு, கருணை, உதவும் குணம், நகைச்சுவை உணர்வு, அனைவரையும் சமமாக காண்பது, மற்றவரைப் பாராட்டுவது, பொறுமை போன்ற குணங்களை நாம் பாதுகாக்க வேண்டும். ஏனெனில் சதாகாலமும் நாம் எதிர்மறையான சூழலில் வாழும் போது அது தான் வாழ்க்கை என்ற முடிவிற்கு வந்துவிடும் அபாயம் உள்ளது. இது மிகவும் ஒரு சவாலான செயல். நாம் வாழும் சூழ்நிலையையும் தாண்டி நாம் நமது குணநலன் மீது அக்கறை கொள்ள வேண்டும். இது மிகவும் எளிதான காரியம் அல்ல. சூழ்நிலைகளில் சிக்கி கொண்டு அதிலேயே உழல்வது சராசரி மனிதனின் இயல்பு. நம்மையும் அறியாமல் நம்மில் வெறுப்பு, கோபம், குரோதம் வளரும். அதற்கு நாம் இடமளிக்கக்கூடாது. உண்மையில் அப்போது தான் அதிக விழிப்புணர்வோடு இருந்து அதனை வென்றெடுக்க வேண்டும். அதற்கு உண்மை மேல் நமக்கு தீராத காதல் வேண்டும். நம்பிக்கை வேண்டும்.

என் வாழ்வில் இளம் வயதில் நான் மிக அரிய நற்குணங்களைப் பெற்றிருந்தேன். உதாரணத்திற்கு நான்

என்னிடம் பழகும் ஒரு சிலர் தங்கள் மனதில் தீய எண்ணங்களோடு என்னை அவமானப்படுத்தும் அல்லது மட்டம் தட்டும் உணர்வோடு அணுகுவதை உணர்வேன். அவர்கள் என்னை வெறுக்கிறார்கள் என்பதையும் அறிவேன். இருப்பினும் நான் அதை வெளிக்காட்டிக்கொள்ளாமல் அவர்களிடம் உள்ள நல்ல குணங்களை, அவர்களின் ஏதாவது ஒரு சிறப்பான இயல்பை புகழ்ந்து பேசுவேன். அவர்களை மகிழ்வுற செய்வேன். வேறு வழியின்றி மற்றவர்கள் என்னிடம் இனிமையாகப் பேசுவார்கள். இந்த குணத்தை நான் மதிக்கின்றேன். என் இளம் வயதிலேயே நான் இப்படி ஒரு குணத்தை பெற்றிருந்தேன். ஆனால் உண்மையில் தற்போது நான் அவ்வாறு இல்லை. காலம் என்னை எவ்வளவோ மாற்றி விட்டது. நான் பெற்ற கசப்பான அனுபவங்கள் என் மனநிலையை நிச்சயம் பாதித்தது. இதைத்தான் நான் மாற்ற வேண்டும் என்று கூறுகிறேன். எந்த காரணத்திற்காகவும் நாம் நமது நல்ல குணங்களை இழந்து விடக்கூடாது. இந்த உலகமே இப்படித்தான், இந்த மனிதர்களே இப்படித்தான் என்ற ஒரு மன நிலையை அடைந்து விடக்கூடாது. சின்னஞ்சிறிய விஷயங்களைக் கூட நல்ல முறையில் பயன்படுத்திக் கொள்ள வேண்டும். குறைந்தது வெளி மனிதர்களிடமாவது ஒரு புன்முறுவல், நகைச்சுவை, அவர்களிடம் நலம் விசாரித்தல் என சூழ்நிலையை இனிமையாக வைத்திருக்க வேண்டும். நாம் அன்றாடம் பழகும் மனிதர்களிடையே கூட நாம் இவ்வாறு நடந்து நடந்து கொண்டால் அதைத் தவிர சிறப்பான செயல் வேறொன்றும் இல்லை. அதற்கு மிகுந்த விழிப்புணர்வு, நல்லதையே நினைக்கும் ஒரு நேர்மறையான எண்ணம் வேண்டும்.

ஒரு சிறு நலம் விசாரிப்பு கூட சூழ்நிலையை மாற்றி விடும். இறுக்கத்தை குறைக்கும். மகிழ்ச்சியைக் கொடுக்கும். நம்முடைய எண்ணங்கள் வானளவு உயரவேண்டும். வெளி சூழ்நிலை அதற்குச் சாதகமாக உள்ளதோ இல்லையோ, நாம் நமது பரந்த மனப்பான்மையை வளர்க்க வேண்டும். எங்கும் எதிலும் ஒரு வாய்ப்பைப் பார்க்க வேண்டும். மனதை நேர்மறையாக வைத்திருக்க முனைய வேண்டும். நமது உயர்ந்த சிந்தனைகளுக்கு எல்லையே இல்லை. ஒரு ஆன்மீக சாதகருக்கு இவ்வுலகம் இறைவனின் படைப்பு, இங்கு வாழும் உயிர்கள்

அவரது அம்சங்கள் எனில் நம் உலகத்தை விரிவுபடுத்த யார் தடையாக உள்ளனர்? யாரை வெறுப்பது? நாம் எவ்வளவுக்கு எவ்வளவு மனதை விரிவாக்கு கின்றோமோ, அவ்வளவு தூரம் ஆன்மீக வாழ்விலும் முன்னேறுகின்றோம்.ஆன்மீக வாழ்விலும் ஒரு பக்குவம் வரும். மற்றவர்க்கு கொடுப்பதன் மூலம் நாம் வளர்க்கின்றோம். எனில் நமது பண்பு நலன்களை எவ்வளவு சிறப்பாக வைக்கின்றோமோ அவ்வளவு முன்னேற்றம்… இங்கு ஒன்றை இழந்துவிட, பயப்பட, தோல்வியுற ஒன்றுமே இல்லை. மனதில் பெரிய இடம் கொண்டு யார் அரசன் போல் வாழ்கிறாரோ அவரே ஆன்மீக உலகின் உச்சத்தை, சிகரத்தை அடைகிறார்.

சின்னஞ்சிறு வாழ்வு

இவ்வாழ்வு என்பது காலம் செல்ல செல்ல, அறிவியல் முன்னேற முன்னேற மிகக் குறுகியதாக தெரிகிறது. முற்காலத்தில் பத்து இருபது வருடங்களுக்கு முன்பு என்பது மிகப்பெரிய கால இடைவெளி ஆக இருந்தது. ஆனால் இன்று அப்படி தோன்றவில்லை. உண்மையில் இவ்வாழ்வு என்பது மிகக் குறுகியது. குழந்தை பருவம், இளம் பருவம், நடுத்தர வயது, வயோதிகம் என அனைத்துமே கண் மூடி, கண் திறப்பதற்குள் கடந்துவிடுகிறது. உண்மையில் இது ஒரு மன நடுக்கத்தைச் சில சமயங்களில் கொடுக்கிறது. நம்மை நாமே பல வயது நிலைகளில் நாம் பார்த்துவிட்டோம். எனில் இவ்வாழ்வு என்பது மிகக் குறுகியது என்பது ஒரு ஆன்மீக சாதகருக்கு எளிதில் புரிந்து விடுகிறது. அது பற்றிய விழிப்புணர்வு ஏற்படுகிறது. ஆன்மீக சாதகர்களுக்கு இது போன்ற விழிப்புணர்வு நிச்சயம் அவசியம்.

புத்தருக்குக் கிடைத்த விழிப்புணர்வை போல. இறப்பு, நோய், வயோதிகம் இவை அனைத்தும் வாழ்வு என்பது எவ்வளவு குறுகியது, நிலையற்றது என்பதையே காட்டுகிறது. இது போன்ற எண்ணங்கள் மனிதனைப் பக்குவமாக்குகின்றது. நாம் வாழ்ந்த இடங்கள், நமது உறவினர்கள், நண்பர்கள் என அனைத்திலும் ஒரு மாற்றம். எதுவும் நிலை அல்ல. நாம் விரும்பினாலும், விரும்பாவிட்டாலும் மாற்றம் ஒன்றே மாறாதது. வாழ்வென்பது மாறக்கூடியது. ஒரு கட்டத்தில் முடியக் கூடியது. நமது வயது மட்டுமல்ல. நமது உருவம், எண்ணங்கள் உணர்வுகள் என அனைத்திலும் மாற்றங்கள்... மாற்றங்கள். இதுவே வாழ்வின் உண்மை. எனில் இந்த சின்னஞ்சிறிய வாழ்வில் எத்தனைப் போராட்டங்கள், எதிர்பார்ப்புகள், இழப்புகள்... எத்தனை... எத்தனை... ஒரு விதத்தில் வாழ்வு என்பதை நாம் ஒரு அற்புதமாக

பார்த்தாலும், அதையே அனைத்துமாக பார்த்தாலும், மறுபுறம் வாழ்வுதான் எல்லாம். ...இங்கு வளர்வதும் பெறுவதும் தான் எல்லாம்.,... இதை தவிர ஒன்றுமில்லை என நினைப்பது குறுகிய பார்வை. வாழ்வை மக்கள் இரண்டு விதமாக பார்க்கின்றனர். ஒன்று வாழ்வானது உண்மையாக இருப்பினும் அது குறுகியது. நிலையற்றது. முடிந்து போகக் கூடியது. இது ஒரு பொது விதி. இதிலிருந்து யாரும் தப்ப முடியாது. முடிவு என்பது எல்லோருக்கும் பொதுவான ஒன்று. எனில் இத்தகைய சிறிய வாழ்வில் எது முக்கியம், முக்கியமல்ல என்பதைப் புரிந்து கொள்ள வேண்டும். எதில் அர்த்தம் உள்ளது, அர்த்தம் இல்லை என்பதைப் புரிந்து கொள்ளவேண்டும். இரண்டாவதாக வாழ்வை பார்ப்பது... இங்கு நாம் வாழ்வில் பெரும் விஷயங்கள் மட்டுமே உண்மை. பொருளாதாரம், வளர்ச்சி, வசதி இவைகளே வாழ்வில் முக்கியம் என நினைப்பது. அதற்காக முழு வாழ்வையும் கொடுப்பது. அதுவே உண்மை என நினைத்து வாழ்வின் இதர முக்கிய விஷயங்களை மறப்பது. இவ்வாறான வாழ்க்கை உண்மையில் ஒரு மனிதனைக் கட்டுப்படுத்துகிறது. மனிதனை ஒரு குறுகிய மனப்பான்மையில் சிக்க வைக்கிறது. எனில் எது சரியான பார்வை? இவ்வாழ்வு என்பதே நிரந்தரமற்றது. முடிந்து போகக் கூடியது.அதே நேரம் இங்கு வாழ்வினைத் தவிர நம் கையில் எதுவும் இல்லை. எனில் வாழ்வென்பது நாம் பார்க்கும் பார்வையில் உள்ளது. வாழ்வென்பது அனைத்து விதமான சாத்தியங்களையும் உடையது. இங்கு நம்மை நாமே உற்றுநோக்கி என்றும் நிரந்தரமான விஷயங்களான, அர்த்தம் கொடுக்கக்கூடிய விஷயங்களான அன்பு, பரிவு, நேர்மை இவற்றில் கவனம் செலுத்தலாம். இது அடிப்படையில் எப்படி வாழ்கிறோம் என்பதைப் பொறுத்தது. பல நூறு ஆண்டுகளுக்குப் பிறகு ஒரு மனிதர் இத்தனைச் சம்பாதித்தார், இவ்வளவு சொத்து சேர்த்தார், சாதனை புரிந்தார் என்பதை விடவும் தனது வருமானத்தில், சாதனையில் அடுத்தவர்களுக்கு எவ்வளவு பயன் உள்ளவராக இருந்தார், அடிப்படையில் எப்படிப்பட்ட மனிதராக இருந்தார் என்பதே இவ்வுலகில் பேசப்படுகிறது.

இந்த மொத்த வாழ்வும் வெறும் பிழைப்புக்கான போராட்டம் மிக்கதாக, வலியும் வேதனையும் கொண்டதாக, தன்னுள் எந்த சந்தோஷத்தையும் பார்க்காததாக இருப்பின் அதில் என்ன

மேன்மை உள்ளது? வாழ்வு முழுவதும் ஒரு மனிதனுக்கு எப்படி தனக்குள் ஆனந்தமாக இருப்பது என்று கூட தெரியவில்லை எனில் அந்த வாழ்வில் என்ன பொருள் உள்ளது... ஒரு மனிதன் பொருள் தன்மைக்கு முக்கியத்துவம் கொடுத்து தன்னை மறந்து விடுகின்றான். ஒருநாள் முடிவை நெருங்கும் போது ஒன்றுமே புரியாமல் இவ்வளவு நாள் என்ன பெற்றோம், என்ன செய்தோம் என்ற கேள்வியுடன் இறந்துபோகிறார். நாம் விரும்பினாலும், விரும்பாவிடினும் காலம் என்பது நிற்கப்போவதில்லை. நாம் நினைப்பதை விடவும் காலமும், வாழ்வும் குறுகியது. மனிதன் தனக்கு என்ன நடக்கிறது என்று புரிந்து கொள்வதற்குள் காலம் சென்றுவிடுகிறது. இவ்வுலகம் வெறும் மாயை. நிலையற்றது. நம்மைச் சுற்றிய விஷயங்கள் அனைத்தும் குறுகிய வாழ்வில் மாறக் கூடியது என்பதை மனிதன் உணரும் முன்பு காலம் சென்று விடுகிறது. எனில் ஒரு மனிதன் சரியான காலத்தில் இதைப் புரிந்துகொள்ள வேண்டியது மிக அவசியம். அப்போதுதான் உடலில் தெம்பு இருக்கும் போதே மனதில் உறுதி இருக்கும் போதே ஆவண செய்ய முடியும். காலம் சென்ற பிறகு சிந்திக்கக் கூட தெம்பில்லாமல் முயற்சிகள் மேற்கொள்வதை விட காலத்தே பயிர் செய்வதே சிறந்த செயல். ஒரு மனிதனின் கல்வி அவனைப் பண்படுத்த வேண்டும். தொழில் என்பது பணம் சம்பாதிக்க மட்டுமல்ல. அதைக் கருணையோடு பகிர்ந்து அளிக்கவும் தான் என்பதைப் புரிய வைக்க வேண்டும். உறவு என்பது சந்தோஷத்திற்கும் பாதுகாப்பிற்கும் மட்டுமல்ல, ஒருவரை ஒருவர் மதிப்பளித்து, புரிந்து கொண்டு வாழ்வில் மேம்படவும் தான் என்பதை இளம் வயதிலேயே கற்றுத்தரவேண்டும். பணமும் உறவும் சரியாக கையாளப்படவில்லை எனில் அதுவே மனிதனின் வாழ்வை சிதைத்து விடுகிறது.

அதில் சிக்கி சிதைந்து, இதுவல்ல வாழ்வு என்பதை ஒரு மனிதன் தெரிந்து கொள்வதற்குள் வாழ்வின் பெரும் பகுதி முடிந்து விடுகிறது. இதை ஒரு மனிதன் சரியான காலத்திலேயே தெரிந்துகொள்ளவேண்டும். தன்னைச் சுற்றிலும் தொழில், குடும்பம், குழந்தைகள் மற்றும் பிற விஷயங்களில் ஒரு பெரிய வலையை ஏற்படுத்தி அதில் சிக்கிக் கொள்ளும் முன்பே சரியான பாதையைத் தேர்ந்தெடுக்கலாம். அல்லது

சரியாக விஷயங்களைக் கற்றுக் கொள்ளலாம். எனில் அவனது சுதந்திரம் பெருகுகிறது. நான் ஆனந்தமாக இருக்கும் போது தான் தனது சுற்றத்தாரையும் ஒரு மனிதனால் ஆனந்தமாக வைத்திருக்க முடியும். வைராக்கியமாக ஒரு மனிதன் தன் கட்டுக்களை உடைத்தெறியும் மனப்பக்குவம் பெற்றிருக்க வேண்டும். விழிப்புணர்வு என்பது ஒரு முறை தனது வாழ்வில் குடிகொண்டு விட்டால் பிறகு அவனது வாழ்வு வளம் பெறும். இருப்பினும் இடைவிடாத முயற்சியினால் அதை வாழ்வில் கைவரப்பெற வேண்டும். சலிப்படைய கூடாது. சோம்பலில் விழக்கூடாது. மீண்டும் மீண்டும் செய்த தவறுகளைச் செய்து படுகுழியில் விழக்கூடாது. உண்மையை உணர வேண்டும் என்ற ஆர்வம் கொண்டவர்கள் மிகுந்த கவனத்துடன் தனது வாழ்வில் அடியெடுத்து வைப்பர். கர்மா என்பது கவனமற்ற செயலினால் விளைவது. அதை வெகு கவனமாக கையாண்டு ஒரு சமநிலையை அடைய மனிதன் முயல வேண்டும்.

போலிகளுக்கு நடுவே இரத்தினமும் மாணிக்கமும்

இப்பரந்த உலகினில் இதுவரை எவ்வளவோ புண்ணிய ஆன்மாக்கள் வந்துள்ளனர். வாழ்கின்றனர். பல காலமாக வாழ்ந்து கொண்டிருக்கின்றனர். பாரதம் ஆன்மீகத்தின் பொக்கிஷம். இங்கு மாமுனிவர்கள், ஞானமடைந்த புண்ணியவான்கள், தேடுதல் உடைய மக்கள் ஏராளம். வெறும் வீதிகளில் சர்வசாதாரணமாக வலம் வரும் துறவிகளில் எத்தனையோ பேர் ஞானமடைந்து இருப்பர். இந்த பூமி ஒரு புண்ணிய பூமி. ஆன்மீகத்தில் கரைகண்ட பூமி. யோகா, பிராணாயாமம், பக்தி என அனைத்திலும் எல்லையைத் தொட்டு வென்றெடுத்த பூமி. ஒரு துறவியானவர் கண்கள் மூடி உள்ளுக்குள் தன்னைக் கண்டறிவதன் மூலம் இவ்வுலகின் அத்தனை விஷயங்களையும் தெரிந்து கொள்கிறார். இன்று அறிவியல் என்ற பெயரில் கோள்கள், சூரியன், சந்திரன், விண்வெளி பற்றி எத்தனையோ ஆராய்ச்சிகள் வந்துவிட்டாலும் இவை எல்லாம் ஒரு விஷயமே அல்ல. இவற்றை எல்லாம் எவ்வளவவோ ஆண்டுகளுக்கு முன்பு ஒரு துறவி தன் கண்கள் மூடி கண்டுகொண்டார். மழையை, நதியை, பூமியை, கடலினை, ஆகாயத்தை, மலரை என அனைத்தையுமே இறைவனாகப் பாவித்து ஒவ்வொன்றிலும் ஒரு புனிதத்தைக் கண்டு மேன்மை அடைந்தவர்கள். இந்த பூமியானது ஆன்மீகத்தின் பொக்கிஷம். இருப்பினும் இது ஒரு சமூகம். நன்மையும் தீமையும் கலந்ததே சமூகம். அப்பழுக்கற்ற ஆன்மாக்களும் இங்கு உண்டு. வெற்றுப் போலிகளும் உண்டு. போலிகள் எத்தனை பேர் வேண்டுமானாலும் இருக்கலாம். பிரச்சனை இல்லை. அது அவர்களின் கர்மவினை. ஆனால் உண்மையான ஆன்மீக தாகம் கொண்டவர்கள் ஒரு வழிகாட்டுதலுக்காக ஏங்குபவர்கள் தவறுதலாக போலி சாமியார்களால் கவரப்பட்டு வழி தவறுகின்றனர். ஆன்மீகமே

தனது வாழ்வு என முடிவெடுத்து தன்னை முழுமையாக அர்ப்பணித்துக் கொண்டவர்கள் ஏராளம். இளம் வயதினர் முதல் பெரியவர் வரை அனைவரும் இதில் அடங்குவர். ஒரு தவறான இடத்தில் அடைக்கலம் புகுந்து வாழ்வை தொலைத்தவர்கள் எத்தனையோ பேர். இவர்களுக்காக உள்ளம் பதறுகிறது.

நேர்மையான, பணிவான, எளிமையான இளைஞர்கள் எவ்வளவவோ பேர் இது போன்ற போலி குருமார்களிடம் சிக்கி சிதைந்து போகின்றனர். இதற்கு என்னதான் தீர்வு... தெரியவில்லை. ஆன்மீக சாதகர்கள் தங்களுக்குள் நேர்மையோடு இருந்தால் போலிகளை விரைவில் அடையாளம் கண்டு கொள்வர். வெகுநாட்கள் ஏமாற மாட்டார்கள் அதற்கு தைரியம் வேண்டும். நமக்கு போதிக்கப்படும் விஷயங்களை விட நமக்குள் நாம் உணரும் விஷயங்களை நாம் நம்பவேண்டும். நம்முள் ஏற்படும் அனுபவமே ஒரு குருவைக் கண்டறிய சரியான வழியே தவிர மற்றவரின் போதனை அல்ல. முதலில் யாருடைய போதனைகளுக்கும் அடிபணியதேவையில்லை. பல நேரங்களில் மனமாற்ற முயற்சிகளும், குற்ற மனப்பான்மையைத் தூண்டும் வார்த்தைகளும், போதனைகளும், அறிவுரைகளும் நம்மை வந்து சேரும். அவற்றிற்குச் செவிசாய்க்க தேவையில்லை. எத்தனை காலத்திற்கு மற்றவரின் அறிவுரையை ஏற்று உங்கள் வாழ்க்கையை நடத்துவீர்கள்? எவ்வளவு காலம் அவர்கள் உங்களோடு வருவார்கள்? உங்கள் வாழ்வில் நீங்கள் துறவியாவதும், திருமணம் செய்வதும், ஒருவரைக் குருவாக ஏற்பதும், ஒரு இடத்தில் நிலைத்திருப்பதும், வெளியேறுவதும் முழுக்க முழுக்க உங்கள் விருப்பம். இங்கு மற்றவரின் பார்வைக்கும் கருத்துக்கும் இடம் அளிக்காதீர்கள். ஒரு மனிதன் தன் வாழ்வில் மிக முக்கியமான முடிவுகளை எடுக்கும்போது தன்னுள் இருக்கும் தெளிவை நாடவேண்டும். தன்னுள் போதிய தெளிவு இல்லை எனில் தன்னை முதலில் தெளிவுபடுத்த முயற்சிகள் எடுக்க வேண்டும். மற்றவரின் கருத்துக்கும் போதனைக்கும் செவி சாய்க்கலாம். ஆனால் முடிவில் தீர்வு உங்களுடையதாக இருக்க வேண்டும். நமது வாழ்விற்கு நாமே பொறுப்பு.

வாழ்வில் துன்பங்கள் வரலாம். நாம் நினைத்தவாறு வாழ்வு நகராமல் இருக்கலாம். எப்போதும் நமக்கு உண்மையான

தேடுதல் இருப்பின் நமது உள் தன்மையில் இருந்தே நமக்கு பதில் கிடைக்கும்.அதற்கு செவி சாய்ப்பதே உத்தமம். எனவே இந்த சமூகத்தில் பல புண்ணிய ஆன்மாக்களும் நடமாடுகின்றனர். போலிகளும் உள்ளனர். ஆன்மீக வாழ்வு என்பது பெரும்பாலானவர்களுக்கு வாழ்வையே புரட்டிப் போடும் விதமாக உள்ளது. இளம் வயதில் ஆன்மீக வாழ்வில் நாட்டம் வரும்போது குடும்பத்தில், உறவில், நமது படிப்பில், தொழிலில் சிறிய அளவிலோ பெரிய அளவிலோ ஒரு தடுமாற்றம் ஏற்படுகிறது. இவ்வளவு பிரச்சனைகளையும் தாண்டி இறைவனை அடைய வேண்டும் என்ற தாகம் உள்ளவர்கள் பெரிய முயற்சிகளை எடுக்கின்றனர். ஒரு சிலர் மட்டுமே இருந்த இடத்திலேயே ஆன்மீகத்தையும் குடும்ப வாழ்வையும் இணைத்து சிறப்பாகவும் சவாரி செய்கின்றனர். எனில் இவ்வளவு சிரமங்களையும் தாண்டி மக்கள் உண்மையான குருமார்களைக் கண்டுகொள்ளாமல், போலி குருமார்களிடம் சென்று விடுவது மிகவும் வருத்தத்திற்குரியது. இதற்கு எவ்வித தீர்வும் இல்லை. யாரையும் நிரூபிப்பது மிகவும் சிரமமான செயல். நம் அனுபவம் உண்மையாக இருப்பின் சரியான இடத்திற்கு செல்வோம். ஒருவரின் மீது அளவற்ற அன்பும், மாறாத நம்பிக்கையும் வரும்வரை காத்திருக்கலாம். தவறில்லை. ஆனால் ஒருவேளை மனதில் சந்தேகம் வரும் போது உங்கள் அறிவைப் பயன்படுத்தி சூழ்நிலையை அலசுங்கள். வாழ்வில் இறைவனே பெரியவன், அவனை அடைவதே வாழ்வின் அதிகபட்ச உன்னதம் என்ற பெரிய விஷயங்களைப் புரிந்து கொண்டவர்களுக்கு, யார் உண்மை, யார் உண்மையற்றவர் என கண்டுபிடிப்பது ஒன்றும் பெரிய விஷயம் அல்ல. இந்த வாழ்வு என்பது மிகவும் மதிப்பானது. நமது நேரம், ஆற்றல் இவை அனைத்தும் மதிப்புமிக்கவை. நமது நம்பிக்கையும், உணர்வுகளும் மதிக்கப்படவேண்டும். உண்மையற்ற ஒருவரிடம் சிக்கிக்கொண்டு இந்த மொத்த விஷயங்களையும் இழந்து விடுவது பரிதாபத்திற்குரியது. இங்கு ஒரு சாதகரைப் பற்றியே நான் கூறுகிறேன். தவறு செய்து மக்களை ஏமாற்றுபவர்களைப் பற்றி நான் பேசவில்லை. நமது ஒவ்வொரு செயலும் எந்த நோக்கத்தின் அடிப்படையில் செய்யப்படுகிறதோ அதற்கு நிச்சயம் பலன் உண்டு. அதனால் யாரும் அவர்களது கர்ம வினையில் இருந்து தப்ப முடியாது. தவறான நோக்கத்தில் மக்களை வழி நடத்துபவர்கள் நிச்சயம்

அதன் பலனை அனுபவிப்பர். ஆனால் அப்பாவியாக, ஒரு நல்ல நோக்கத்திற்காக தவறான இடங்களுக்குச் சென்று வாழ்வினை தொலைத்து விடுபவர்கள் அதிலிருந்து துணிந்து வெளியே வரவேண்டும். எதுவும் தாமதமில்லை. இவ்வளவு தான் நம் வாழ்வு... இனி என்ன இருக்கிறது... இப்படியே இருந்து விடலாம் என்பது போன்ற எண்ணங்களைத் தவிர்க்க வேண்டும். எங்கு உள்ளோம் எவ்வளவு காலம் உள்ளோம் என்பது முக்கியமல்ல. எவ்வாறு இருக்கிறோம் என்பதே முக்கியம். நமது வாழ்வின் உண்மை நிலையும், தரமும் தான் முக்கியமே தவிர பிழைப்பை பற்றிய பயத்திற்கு முக்கியத்துவம் தர கூடாது. எனில் அது உண்மையான வாழ்வு அல்ல. அங்கு வளர்ச்சியும் இல்லை. ஆன்மீக சாதகர்களின் அடிப்படைத் தன்மையே சுதந்திர உணர்வு தான். உங்களின் வாழ்வில் ஒரு உன்னத நிலையை அடைய வேண்டுமென்று தான் இவ்வளவு முயற்சிகளையும் எடுத்தீர்கள்.

தாய், தந்தையைப் பிரிந்து, பொறுப்புகளைத் துறந்து வாழ்வில் ஒரு மிகப் பெரிய படி எடுத்து வைத்தீர்கள்... ஆனால் உங்களின் நோக்கமே கேள்விக்குறியாகும் போது யோசிக்க என்ன இருக்கிறது. முதலில் அடிப்படைப் பிரச்சனையைச் சரி செய்ய வேண்டும். உண்மையான ஆன்மீக தாகம் கொண்டவர்கள் எதற்கும் அஞ்சமாட்டார்கள். சுதந்திரம் பற்றிய கருத்துக்கள் பலவிதம். இங்கு பல்வேறு கருத்துக்களின் மூலம் உங்களை ஒரு குற்ற மனப்பான்மைக்கு ஆளாக்கி உங்களின் முடிவுகள் தவறு என்ற நிலைக்கு தள்ளப்படுவீர்கள். எனது கருத்து என்னவெனில் சுதந்திரம் பற்றி மட்டுமல்ல. உங்களின் மனஆனந்தம் நிலைபெறுகிறதா குறைந்து விட்டதா?நாளுக்குநாள் உங்களின் வாழ்வு பற்றிய அனுபவம் எப்படி உள்ளது? நாம் நமக்குள் நேர்மையாக நம்மை சரிசெய்துகொள்ள எல்லா முயற்சியும் எடுக்க வேண்டும். பிறகும் சூழ்நிலைகள் சிறப்பாக இல்லை என்றால், வெளி உலகில் நமது தனிப்பட்ட கருத்துகளுக்கும், உணர்வுகளுக்கும் பெரிய இடமும் மதிப்பும் இல்லை என்றால் நிச்சயம் நாம் வாழும் சூழ்நிலை, மனிதர்கள் என அனைத்திலும் நாம் ஒரு முடிவு எடுக்க வேண்டும். நமது தனிப்பட்ட விருப்பு வெறுப்புகளைக் குறைத்துக்கொண்டு பிரச்சினை இல்லாமல் வாழ்வது எவ்வளவு முக்கியமோ, அந்த அளவிற்கு நமக்கான இடமும், நம் உணர்வுகளுக்கு மதிப்பும் முக்கியம். அதை

நாம் இழக்கக் கூடாது. இந்த வாழ்வு நம்முடையது. நாம் உருவாக்கிக் கொள்வது. நமது பயணம் உண்மை எனில் நிச்சயம் நாம் நம்மை ஏமாற்ற மாட்டோம். எது அடிப்படையோ அதில் இருந்து விலகுவது எந்த வளர்ச்சியையும் கொடுக்காது. உங்களுக்குள் இருக்கும் ஆன்மீக தாகமே முக்கியம். ஆன்மீக தாகம் கொண்டவர்களை யாராலும் நிறுத்த முடியாது. அவர்களது பாதையைத் தேடி உண்மையைத் தேடி நடை போடுவார்கள். எந்த வெளி மனிதர்களின் தயவோ, சூழ்நிலையோ ஒரு குறிப்பிட்ட நேரத்திற்கு உதவியாக இருக்கலாம். ஆனால் காலத்திற்கும் ஒருவருடைய அறிவுரையில் நம்மால் வாழ முடியாது. இங்கு சக சாதகர்களின் கருத்துக்களைப் பற்றியே கூறுகிறேன். உங்களின் குருவிற்கும் உங்களுக்குமான தொடர்பு பற்றி நான் பேசவில்லை. அதற்குக் காலமும் இடமும் ஒரு பொருட்டல்ல. குருவானவர் உங்கள் மூச்சில் இருக்க வேண்டும்... ஒரு குறிப்பிட்ட இடத்தில் அல்ல. முதலில் இதை நாம் புரிந்து கொள்ள வேண்டும். ஒருவரைக் குருவாக பாவித்து நம் மொத்த வாழ்வையும் அர்ப்பணிப்பது மிகப்பெரிய விஷயம். ஆனால் நேர்மையாக முடிவெடுக்க வேண்டிய தருணம் அது. முழுமனதோடு செய்யும் எந்த ஒரு செயலும் நல்ல திசைக்கே உங்களை வழிநடத்தும். தான் இவ்வளவு நாட்கள் கடந்து வந்த பாதையில் சந்தேகம்வரின் கவலையோ, பயமோ தேவையில்லை. ஏனெனில் உங்களுடைய அர்ப்பணிப்பு என்றும் வீண் போகாது. நிச்சயம் நீங்கள் உங்களது இடத்தை அடைவீர்கள். ஆனால் அதற்கு நேர்மையும் துணிவும் வேண்டும். துணிவான ஒரு முடிவை எடுக்க, தவறினைக் கண்டித்து வெளியேற, நாம் ஆன்மீக சாதகர்களாக தான் இருக்க வேண்டும் என்று அவசியமில்லை. ஒரு நேர்மையான மனிதனாக இருந்தாலே போதும்.

ஆன்மீக அனுபவங்களும் தெளிவும்

ஒரு சாதகன் ஆன்மீக பாதையில் தீவிர நிலையில் இருக்கும் பொழுது, பல்வேறு அனுபவங்களைப் பெறுகிறார். ஆன்மீக அனுபவங்கள் ஒரு குறிப்பிட்ட வரையறைக்கு உட்படுவதில்லை. ஒவ்வொரு ஆன்மீக சாதகருக்கும் ஒவ்வொரு விதமான அனுபவம். இவற்றில் எது உண்மை? எது கற்பனை? இதை யார் முடிவு செய்வது? குருவைத் தவிர வேறு யாராலும் விளக்கிட முடியாத விஷயங்கள் இந்த ஆன்மீக அனுபவங்கள். ஆனால் ஒரு சாதகர் தீவிர தன்மையில் உள்ளபோது ஆன்மீக அனுபவங்களைப் பெறுகிறார். பொதுவாக இது எதைக் குறிக்கிறது. நமது வளர்ச்சியைக் குறிக்கிறது. அவ்வளவே! அதற்குமேல் அவற்றைப் பற்றி பேச என்ன இருக்கிறது. நமது தீவிரமான தேடுதலுக்கு, முயற்சிக்கு இறைவனிடமிருந்து "சிறப்பு" என்று ஒரு ஊக்குவிப்பு. ஒரு சிறிய பரிசு. இதுவே ஆன்மீக அனுபவம். என் வாழ்வில் நான் அவற்றை அப்படியே பார்க்கிறேன். இந்த அனுபவங்களைப் பெற வேண்டும் என்பதற்காக நாம் எந்த செயலும் செய்வதில்லை. ஏங்குவதில்லை. உண்மையில் அவ்வாறு அவை நிகழ வாய்ப்பும் இல்லை. நாம் நமது தேடலில் சிரத்தையோடு இருந்து ஒரு நிலையை அடையும் பொழுது அவை தாமாக நிகழ்கின்றன. குறிப்பாக உணர்வு நிலையில் மேல்நிலையில் உள்ளவர்கள் இது போன்ற அனுபவங்களை அதிகம் பெறுகின்றனர்.

எல்லோராலும் இந்த அனுபவங்கள் ஏற்றுக் கொள்ளப்படுகின்றதா என்றால் நிச்சயமில்லை. ஆன்மிக அனுபவங்கள் சரியாக கையாளப்படவில்லை என்றால் நிச்சயம் அது கிடைக்கப் பெற்றவர்க்கே பிரச்சனையாக முடிந்துவிடும். அவரவர் அவரவர்க்குத் தெரிந்த முறையில் அதற்கு விளக்கம் கொடுப்பர். அதை மதிப்பிடுவர். இதை கையாளுவது மிகவும்

சிரமமான விஷயம். அறிவு நிலையில் மட்டுமல்ல. பரந்த மனமும், கருணையும் உள்ள மனிதர்களால் மட்டுமே ஆன்மீக அனுபவங்களைச் சரியாக கையாள முடியும். எனவே முடிந்தவரை ஆன்மீக அனுபவங்களை வெளியில் பேசாமல் வைத்திருப்பதே நல்லது. ஏனென்றால் அது பற்றிய எந்தவிதமான பறைசாற்றுதலும் ஒரு உண்மையான ஆன்மீக சாதகருக்குத் தேவைப்படுவதில்லை. உண்மையில் சமூகத்தில் உண்மையான அனுபவங்களைப் பெற்றவர்களையும், கற்பனையில் இருப்பவர்களையும் பிரித்துப் பார்ப்பது சிரமமான விஷயம். அதனால் சூழ்நிலையைச் சமாளிப்பதற்காக எல்லோரையுமே ஒன்று போல் நடத்துவது இன்று பல இடங்களில் வாடிக்கையாகிவிட்டது. அதாவது இதுபோன்ற அனுபவங்களை மற்றவரிடம் பகிர்ந்து கொள்பவர்களைப் பெரும்பாலும் யாரும் ஏற்றுக் கொள்வதில்லை. இது எதிர்பார்க்கக் கூடிய ஒரு விஷயம் தான். அதே நேரத்தில் ஒரு சாதகனின் மனநிலையையும் நாம் புரிந்து கொள்ள வேண்டும். யாருமே இந்த வாழ்வை ஒருமுறை வாழ்ந்து பார்த்து வருவதில்லை. இந்த அனுபவங்களைப் பெறும் சாதகனுக்கும் அது ஒரு புதிய விஷயம் தான். எனில் ஆன்மீக வாழ்க்கையில் நல்ல நிலையில் உள்ள பெரியவர்கள் நிச்சயம் ஆரம்பநிலையில் உள்ள இதுபோன்ற சாதகர்களை நல்ல முறையில் நடத்த வேண்டும். பேணி பாதுகாக்க வேண்டும். தேவைப்படும் நேரத்தில் அறிவுரை கூற வேண்டும். வழிநடத்த வேண்டும்.

ஒரு முறை கோவிலில் தன்னார்வத் தொண்டு செய்து கொண்டிருந்தபோது அது மாலை வேளையாக இருந்தது. காலையிலிருந்து தொடர்ந்து வேலை செய்ததால் உடலும் மனமும் ஓய்வு நிலையில் இருந்தது. அப்போது மாலை வேளைக்கான தியானத்தில் நான் அமர்ந்திருந்தேன். அந்த தியானம் நிறைவு பெற்றவுடன் என்னால் வெகு எளிதில் அந்த நிலையில் இருந்து வெளியில் வர முடியவில்லை. எனக்கு மிகுந்த விழிப்புணர்வு இருப்பினும் எனது மனமானது ஒரு இரண்டு வயது குழந்தையை போல் மாறிவிட்டது. நான் வெகு நேரம் இப்படி அமர்ந்து இருந்ததைப் பார்த்த ஒரு துறவி கோவிலுக்குள் சென்று பிரசாதம் எடுத்துவந்து மிக மென்மையாக என் கைகளில் அதை கொடுத்தார். பிறகு மிக

அன்போடும் பரிவோடும் என்னை அழைத்தார். அதன் பிறகு சிறிது சிறிதாக என்னால் அந்த நிலையில் இருந்து வெளியே வர முடிந்தது. மிகுந்த நன்றி உணர்வுடன் இன்றும் நான் அந்த நிகழ்வை நினைவு கூர்கிறேன்... ஏனென்றால் என் வாழ்வில் அது போன்ற புரிந்து கொள்ளும் தன்மை மற்றும் பெருந்தன்மை கொண்ட மனிதர்களை நான் வெகு குறைவாகவே கண்டுள்ளேன். ஏனென்றால் தங்கள் அனுபவத்தில் இல்லாத ஒன்றைக் கற்பனை என கூறும் மனிதர்களையே நான் அதிகம் சந்தித்தேன்.

ஆன்மீக வாழ்க்கையில் அடியெடுத்து வைக்கும் சாதகர்கள் அனைவருக்குமே குடும்ப சூழ்நிலை எப்போதும் ஒத்துழைப்போடு இருக்கும் என்று சொல்ல முடியாது. பலபேர் ஆன்மீக வாழ்க்கைக்குள் வரும்பொழுது எந்தவிதமான பாதுகாப்பும் இல்லாமல், உதவியும் இல்லாமல் வெறும் ஆன்மீக தேடுதலுக்காக மட்டும் வாழும் சூழ்நிலையில் இருக்கின்றனர். அவர்களுக்கு ஒரே சமயத்தில் பொருளுதவி, மனதில் ஒரு தெம்பு என அனைத்தும் கிடைத்து விடுவதில்லை. பல ஆன்மீக சாதகர்கள் ஆரம்ப நிலையில் என்னதான் தீவிரமாக இருந்தாலும் சமநிலை, விழிப்புணர்வு, தைரியம் என அனைத்தும் பெற்றவர்களாக இருப்பார்கள் என்று கூறிவிட முடியாது. எனவே இவர்களுக்கு இது போன்ற விசயங்களைச் சாமர்த்தியமாக கையாள தெரியவில்லை எனில் வாழ்வில் நாம் பெற்ற அற்புதமான விஷயங்களே நமக்கு பிரச்சனையைக் கொடுக்கக் கூடியதாக இருக்கும். ஏனென்றால் இதுபோன்ற அனுபவங்கள் அன்றாட வாழ்வில் எல்லோராலும் பெறப்படுவது இல்லை. அதனால் இது பற்றிய அறிவும் பலருக்கும் இருப்பதில்லை. இருப்பினும் ஒரே சமுக சூழ்நிலையில் வாழ்பவர்கள் மற்றவர்களுடைய நிலையை புரிந்து கொள்ள வேண்டும். எந்த ஒரு நேரத்திலும் ஒரு மனிதரைக் கண்ணியத்தோடும், பரிவோடும் பார்ப்பதே போற்றத் தகுந்த செயல். ஏனென்றால் ஒரு சாதகர் என்பவர் இவ்வுலகில் ஆன்மீக வாழ்வில் அடியெடுத்து வைப்பது ஒரு மிகப் பெரிய விஷயம். உலக வாழ்வைப் புறக்கணித்து தனக்கென்று ஒரு வாழ்வை இளம்வயதில் அவர்கள் தேர்ந்தெடுக்கும் பொழுது, பெரும்பாலான நேரங்களில் பெரும்பாலானோருக்கு சரியான ஆதரவு இருப்பதில்லை. பெரும்பான்மையான சாதகர்கள் எந்தவித குடும்ப ஒத்துழைப்பும் இல்லாமல் ஆன்மீக வாழ்வில்

அடி எடுத்து வைக்கின்றனர். பிறகு அந்த வாழ்விலும் எவ்வளவோ குழப்பங்கள், பிரச்சினைகள், அனுபவங்கள் என வரும்பொழுது இளம் வயதில் அவற்றையெல்லாம் சமாளித்து கரையேறுவது பெரும்பாலானோர்க்கு மிகப்பெரிய சவாலாக இருக்கின்றது. எனில் அது போன்ற சூழ்நிலையில் உள்ளவர்களுக்கு இது போன்ற ஆன்மீக அனுபவங்கள் கிடைக்கப் பெறும் போது நிச்சயம் சரியான வழிகாட்டுதல் தேவைப்படும். இல்லையேல் அவர்கள் பல நேரம் தவறாக புரிந்து கொள்ளப்பட்டு மேலும் அவதிக்கு உள்ளாவார்கள். அதனால் இதுபோன்ற பொறுப்பில் இருப்பவர்கள் நிச்சயம் புரிதல் உணர்வுடன், பரந்த மனப்பான்மையுடன் இருக்க வேண்டியது அவசியமாகிறது.

இது அனைவருக்கும் ஒன்று போல் இருப்பதில்லை. சிலர் மிக இளம் வயதிலேயே மிகவும் சமநிலையுடன், அறிவுடன் செயல்படுவர். ஆனால் சிலருக்கு வழிகாட்டுதல் தேவைப்படுகிறது. ஆன்மிகம் மட்டுமல்ல. இந்த வாழ்வென்பதே ஒவ்வொருவருக்கும் ஒவ்வொரு நிலையில் உள்ளது. அது அவரவர்க்கான தனி அனுபவமாக உள்ளது. ஒவ்வொரு மனிதனின் பயணமும் வேறுபடுகிறது. யாரும் யாருடனும் ஒத்துப் போய் ஒரே விதமான அனுபவத்தைப் பெற்றிருக்க வேண்டும் என்ற அவசியமில்லை. சமநிலையோடு, அறிவின் பாதையில் இருப்பவர்கள் இந்த அனுபவங்களைச் சரியான முறையில் கையாளுகின்றனர். இவை அனைத்தும் தற்காலிகமான விஷயங்கள். நாம் கடந்து சென்று அடைய வேண்டிய இலக்கு வேறு. உண்மை வேறு. அடையும் வரை எல்லா விதமான ஆன்மீக அனுபவங்களும் வெறும் படிக்கற்களே. அவை வெறும் ஊக்குவிப்பு மட்டுமே. அங்கேயே தங்கி விடக்கூடாது. அது நமது வளர்ச்சிக்கு தடையாகும். அது ஒரு திட்டமிட்ட செயல் அல்ல. நமது பாதையில் திங்கள் வருவதும், தென்றல் வருவதும் எப்படி இயற்கையாக நடைபெறுகிறதோ அதுபோல, நாம் சரியான வழியில் பயணம் செய்யும்போது இந்த அனுபவங்கள் தாமாக வந்து போகும். உண்மையான சாதகன் அதை பின்தொடர்வதில்லை. அதை காட்சிப்பொருள் ஆக்குவதும் இல்லை. அவற்றை மனதார ஏற்றுக் கொள்கிறார். அனுபவிக்கிறார். பிறகு தனது பாதையில் தொடர்ந்து நடை இடுகிறார். இறைவனுக்கு நன்றி கூறி விட்டு, எந்தவிதமான

பாத சுவடுகளையும் சுமக்காது ஆனந்தமாக அவற்றைக் கடந்து செல்கிறார். அதே சமயம் ஏதேனும் ஒரு குறிப்பிட்ட காரணங்களுக்காக நாம் இந்த அனுபவங்களை மற்றவரிடம் பகிர்ந்து கொள்ள தேவைப்பட்டாலும் அதை சரியான மனிதர்களிடம் பகிர்ந்து கொள்ள வேண்டும். விழிப்புணர்வு இல்லாமல் அனைவரிடமும் நமது அனுபவங்களைப் பகிர்ந்து கொள்ளும் பொழுது நிச்சயம் அதற்கான விலையை நாம் கொடுக்க வேண்டியிருக்கும்.

அதுபற்றிய அனுபவமோ, அறிவோ இல்லாதவர்கள், காரண அறிவு அதிகமுள்ளவர்கள், பரந்த மனப்பான்மை இல்லாதவர்கள் இது போன்ற மனிதர்களால் இந்த அனுபவங்களை ஏற்றுக்கொள்ள முடியாது. மாறாக உங்களுக்கு பிரச்சனைகள் வரும். எனவே இதுபோன்ற விஷயங்களைப் பெறும் பொழுது அதை அனுபவிப்பது மட்டுமல்லாமல் எப்படி பாதுகாப்பது, அந்த நினைவுகளை எப்படி ஆனந்தமான நினைவுகளாக வைத்திருப்பது என்பது ஒரு சாதகனின் விழிப்புணர்வு மற்றும் சமநிலையைப் பொறுத்தது. தீவிர தன்மையினாலும் மனத்தூய்மையாலும் ஆன்மீக அனுபவங்களைப் பெறுவது மிகவும் அற்புதமான விஷயமாகும். அதேநேரம் வெளி உலகையும் புரிந்து கொண்டு வாழ கற்க வேண்டும். இல்லை என்றால் இந்த உலகம் உங்கள் மீது வீசும் கற்கள் உங்களை நிலைகுலையச் செய்துவிடும்.

சக உயிரும் நானும்

வாழ்வில் என்றுமே நாம் தனித்து இல்லை. நம்முள் நாம் தனியானவர் எனினும் வெளி உலகில் நிச்சயம் நாம் தனித்து இல்லை. நமது பெற்றோர், உடன் பிறந்தோர், நண்பர்கள், உறவினர்கள் இவர்களை எல்லாம் தாண்டி, நாம் பார்க்கும் அனைத்துமே உயிர்கள் தான். அது மனிதர்களாக இருக்கட்டும். பறவை, விலங்குகள், பூச்சிகள், தாவரங்கள் என அனைத்துமே உயிர்கள்தான். சரியோ தவறோ அவற்றைக் காணாமல், அவற்றின் மீது கவனம் இல்லாமல் அவற்றைத் தாண்டி செல்வது இயலாத காரியம். சற்று கவனம் செலுத்தினால் இவ்வுலகின் அனைத்து உயிர்களுமே கண்ணுக்கே தெரியாத அளவுக்குச்

சிறிய உருவத்தில் இருந்து, பயமுறுத்தும் திமிங்கலம் வரை அனைத்தும் உயிர்களே. ஆனால் நம் வாழ்வின் நடைமுறையில் பல பேர் தம்மைச் சுற்றிலும் உயிர்களே நிறைந்துள்ளன என்பதை மறந்து விடுகின்றனர். மனிதர்களைத் தவிரப் பிற உயிர்களை பொருட்படுத்துவதில்லை. சில மனிதர்கள் மனிதர்களிடையே கூட பேதம் பார்க்கின்றனர். ஆனால் உண்மையில் நம்மை போல் ஒவ்வொரு உயிரும் சிறப்புடையது. எல்லா உயிரின் வாழ்வும் சுழற்சியும் நம்மை போலவே. சுவாசிப்பது, உண்பது, கழிப்பது என அனைத்தும். அனைத்திற்கும் மேலே நம்மைப்போலவே அவற்றிற்கும் உணர்வு உண்டு, உயிர் உண்டு. எனில் எவ்விதத்தில் பிற உயிர்கள் நம்மை விடவும் குறைந்து போயின. நிச்சயமில்லை. சில உயிர்கள் மனிதனைக் காட்டிலும் அன்பிலும் அறிவிலும் உணர்விலும் சிறந்தவை.

இவ்வுலகில் சக உயிரைக் காணாது உணராது வாழ்வை கடந்து போவது அவ்வளவு சாத்தியமில்லை. இது ஒர் ஒத்ததிர்வின் வெளிப்பாடு. இங்கு சர்வமும் இறைவனே என்பதை உணர இது ஒரு வாய்ப்பு. மற்ற உயிரின் வாழ்வில் வரும் மகிழ்ச்சியும் துன்பமும் நம்மையும் ஏதோ ஒரு விதத்தில் பாதிப்பதை உற்று நோக்கினால் உணரமுடியும். நாம் உண்ணும் உணவையும் உடைமைகளையும் பகிர்ந்தளிக்கும் போது வரும் மகிழ்ச்சி ஆனந்தம் தனி சிறப்பு வாய்ந்தது. நமக்குள் நாம் யார் என தேடுவதைத் தவிர்த்து, நமக்கு சந்தோஷம் என்று வேறு என்ன உள்ளது. நமது சந்தோஷம் எனும் போது பிற உயிரைத் தவிர்த்து அதை அனுபவிப்பதில் எவ்வுயிர்க்கும் இன்பமில்லை. பிற உயிர்களைப் பற்றி எண்ணாத ஒரு வாழ்வில் ஒருவித வலியும் வெறுமையும் உள்ளது. சக உயிரின் கண்களில் காணும் ஏக்கமும் வலியும் ஆனந்தமும் நம்மையும் பாதிக்கிறது. இது ஒர் உள்ளார்ந்த பார்வை. பிற உயிரின் தேவைகளை உணர்வது, மதிப்பளிப்பது, உதவுவது என இவற்றில் தான் ஒரு மனிதனின் உண்மையான நிறைவு இருக்கின்றது.

நம்மைப் போல பிற உயிர்க்கும் இவ்வுலகில் வாழ உரிமை உள்ளது. அன்பை பெற வேண்டும் என்ற எண்ணம் உள்ளது. வாழ வேண்டும் என்ற ஆசை உள்ளது. எல்லாவற்றிற்கும் மேலே இறைவனை அடைய தகுதியுள்ளது. நம்மைப் போல் மற்றொரு உடலில் உள்ள உயிர். வேறு எந்த வித்தியாசமும்

இல்லை. அதனால் தானோ என்னவோ சில அனுபவ மொழிகள் "உன்னை போல மற்றவரையும் நேசிப்பாயாக" என்ற பொருளில் உள்ளன. நமக்கு என்ன வேண்டுமோ அது அத்தனையும் பிற உயிர்க்கும் தேவையாக உள்ளது. இங்கே எடுப்பதை விடவும் கொடுப்பதில் தான் நிறைவு உள்ளது. எனது வாழ்வில் மற்ற எல்லா விஷயங்களை விடவும் பிற உயிர்களையும் சமமாக பாவிக்கும் இந்த ஒரு குணம் மட்டும் என்னில் தவமாக உள்ளது. மறந்தும் நான் பிற உயிர்களைத் தாழ்வாக பார்த்ததில்லை. அவற்றின் துன்பத்தில் மகிழ்ந்தது இல்லை. மற்ற உயிரின் உரிமையைப் பறித்தது இல்லை. இதில் எனக்கு எள்ளளவும் சந்தேகம் இல்லை. இதில் ஒரு பெருமையும் எனக்கு இல்லை. ஆனால் என் வாழ்வில் சக உயிரை என்னைப்போல் நினைப்பதே என் வாழ்வில் நிகழும் ஒரு முக்கிய விஷயம். அதற்காக ஆனந்தம் அடைகிறேன்.

என்று நாம் பிற உயிரின் துன்பத்தைக் கண்டு கொள்ளாது, பிற உயிரினைப் பற்றிய அக்கறை இல்லாது வாழ்கிறோமோ வாழ்வில் எவ்வித பயனுமில்லை. பொருளும் இல்லை. அவர் மிகப்பெரிய ஆன்மீக சாதகராக இருக்கலாம். சாதனைகள் புரியலாம். பிற உயிர் பற்றிய உணர்வே இல்லாது வாழ்பவர் வாழ்வில் வேறு எந்த செயலுக்கும் மகத்துவம் இல்லை. அவர் தனது அடிப்படை பண்பை இழந்து விடுகிறார். இறைவன் படைப்பு முழுவதும் வியாபித்து நிற்கையில், அனைத்தையும் தள்ளிவிட்டு இறைவனை மட்டும் நாடுவது எவ்விதத்தில் பொருள்படும். என்னைப் பொறுத்தவரையில் இங்கு இறைவன் கூட வர தேவையில்லை. நம்மை போல உயிரும் உடலும் உணர்வும் கொண்ட உயிரை நேசிப்பதை விட ஏற்றுக்கொள்வதை விட வேறு என்ன செய்ய முடியும்... சுயநலமான எண்ணங்கள் ஒரு மனிதனைச் சுருக்கி விடுகின்றன. அங்கு அழகில்லை. அறிவும் இல்லை.

சக உயிர்களைப் பற்றி பேசும் போது ஏதாவது சான்று கூற வேண்டுமெனில் என் குருநாதர் என் நினைவுக்கு வருகிறார். அவர் ஞானமடைந்த மகான். அவரைப் பற்றி கூற ஆன்மீகத்தில் எவ்வளவோ மிகப் பெரிய விஷயங்கள் உள்ளன. இருப்பினும் மனித நேயத்தில் அவரை மிஞ்ச ஆளில்லை. ஒரு ஆன்மீக குரு என்பதற்கு முன்பு அவர் ஒரு மனிதநேயம் மிக்க

உயிர். அவரைப்போல பிற உயிரினை மதிக்கும் ஓர் உயிரை நான் கண்டதில்லை. அவரது கருணை வார்த்தைகளுக்கு அப்பாற்பட்டது. ஏதோ அதிசயங்கள் நிகழ்த்துகிறார், மற்றவரைப் பற்றிய அனைத்தையும் தனது ஞான அறிவினால் தெரிந்து கொள்கிறார் என்று கூறவில்லை. ஒரு சராசரி மனிதனாக இவ்வுல கின் அத்தனை உயிர்களையும் ஆட்கொண்டு விடுவார். மனிதநேயத்தின் சிகரம். கருணையின் பாத்திரம். ஒருமுறை நாங்கள் ஒரு கிராமத்திற்கு எங்கள் குருவுடன் சென்று இருந்தோம். அங்கு அனைவருக்கும் உணவு பரிமாறப்பட்டது. எங்கள் குருவும் வரிசையில் பொது மக்களுடன் ஒரு பொது இடத்தில் தரையில் அமர்ந்து உணவு அருந்தினார். பிறகு அவ்விடத்தைவிட்டு கிளம்புகையில் அந்த கிராமத்தைச் சேர்ந்த ஒரு இளம் வயது மாணவி குருவிடம் வந்து தனது கிராமத்திற்கான தேவைகளையும் வசதிக் குறைபாடுகளையும் அவரிடம் எடுத்துரைத்தாள். பார்ப்பதற்கு அவள்தான் அங்கு ஒரே படித்த பெண்ணாக தெரிந்தாள். எங்கள் குருவானவர் அவள் கூறியதைக் கூர்ந்து காது கொடுத்துக் கேட்டார். பிறகு தலையசைத்து, நிச்சயம் நான் ஆவண செய்கிறேன் என்று கூறினார். பிறகும் அந்தப் பெண் தங்களது பிரச்சினைகளை மீண்டும் மீண்டும் கூறினார். மிகுந்த சிரமத்தில் இருந்ததாலும், மிகப் பெரிய மனிதர் ஒருவர் தங்கள் கிராமத்திற்கு நேரடியாக வந்ததினால் அவள் மீண்டும் மீண்டும் கூற முற்பட்டாள். அவளது மன துன்பத்தையும் ஏக்கத்தையும் கேட்க முடியாதவராக, மனம் பொறுக்காமல் சடாரென குருவானவர் தன் கழுத்திலிருந்த மாலையை எடுத்து அவளிடம் கொடுத்தார். அவர் அதிகம் அவ்வாறு செய்து நாங்கள் பார்த்ததில்லை. நான் பார்த்துக்கொள்கிறேன்... கவலையை விடு என சூட்சமமாக தன் மாலையை கொடுத்து அப்பெண்ணை சமாதானம் செய்தார்.

மேலும் ஒரு நிகழ்வு. ஒரு மாலைப்பொழுதில் மலையடிவாரத்தில் ஒரு சாலை வழியே நாங்கள் குருவுடன் நடைபயணம் மேற்கொண்டு இருந்தோம். ஒரு இருபது நபர்கள் இருந்திருப்பார்கள். வழிநெடுக குருவானவர் எங்களை வாகனங்களுக்கு வழிவிட்டு செல்ல வேண்டும் என்று கூறிக்கொண்டே வந்தார். நாங்கள் சாலையின் ஒருபுறம் சென்றோம். சாலையின் மறுபுறத்தில் ஒரு முதியவர்

எதிர்ப்புறமாக நடந்து வந்தார். அவர் பார்ப்பதற்குக் கிராமத்து வாசியாக, மிக எளிமையானவராக இருந்தார். எங்களைப் பார்த்ததும் தயங்கி தயங்கி நடந்து வந்தார். அதை கவனித்த குருவானவர் அவரை நோக்கி குனிந்து வணங்கி "ஐயா! நன்றாக இருக்கிறீர்களா" என்று கேட்டார். அந்த முதியவர் அதை சற்றும் எதிர்பார்க்கவில்லை. யாரும் எதிர்பார்க்கவில்லை. அந்த முதியவர் உடனே மகிழ்ந்து வணங்கி "நான் நன்றாக இருக்கிறேன்" என்று சொல்லிவிட்டு சென்றார். இது பார்ப்பதற்கு ஏதோ சிறிய விஷயம் போல இருக்கலாம். குரு ஒன்றும் பெரிய அளவில் எதையும் செய்துவிடவில்லை. இருப்பினும் ஒரு சக மனிதனின் சிறிய சிறிய விஷயங்களைக் கூட புரிந்து கொண்டு அவர்களுக்கு மதிப்பளித்து அவர்களை மகிழவிப்பதே மிகப் பெரிய விஷயம்தான். மனிதாபிமானம் கொண்ட விஷயம். அன்று என் மனதில் ஏற்பட்ட மகிழ்ச்சிக்கு அளவே இல்லை. ஏனோ தெரியவில்லை மனிதர்கள் சமமாக மதிக்கப்படும் போது, நடத்தப்படும் போது அங்கு உண்மையான வாழ்வியல் முறை நடைபெறுகிறது என எப்போதும் நான் மகிழ்வேன். எனது குருவிடம் எனது மகிழ்ச்சியை, நன்றியை ஏதாவது ஒரு விதத்தில் வெளிப்படுத்த நான் விரும்பினேன். நாங்கள் எங்கள் இருப்பிடம் திரும்பிய போது, சமையலறையில் ஒரு ஏழை குழந்தை விளையாடிக் கொண்டிருந்தது. அவர் அங்கு வேலை செய்யும் தொழிலாளியின் குழந்தை. அந்த குழந்தையைக் கட்டியணைத்து முத்தமிட்டு என் விருப்பத்தை நிறைவேற்றிக் கொண்டேன்.

மேலும் ஒரு நிகழ்வு. ஒரு முறை சத்சங்கத்தில் எனது குருநாதர் பேசிக் கொண்டிருந்தார். நாங்கள் ஆர்வமாக அதை கவனித்துக் கொண்டிருந்தோம். சிறிது நேரத்தில் அவரது பார்வை ஒரு இடத்திற்கு மட்டும் அடிக்கடி சென்றது. பிறகு திடீரென எனது குருநாதர் மேடையை விட்டு இறங்கி ஒரு வயதான மூதாட்டியை நோக்கி ஓடிச் சென்றார். பிறகுதான் தெரிந்தது அந்த மூதாட்டி சுவாச பிரச்சினையினால் அவதியுற்று உட்கார முடியாமல் தவித்துக் கொண்டிருந்தார். நாங்கள் யாருமே அதை கவனிக்கவில்லை. அவ்வளவு பெரிய கூட்டத்தில் எனது குருவானவர் அவரை அறிந்து கொண்டு யாருமே உதவ முன் வராததைக் கண்டு சத்சங்கத்தை நிறுத்தி விட்டு

ஓடிச் சென்று அவருக்கு உதவினார். இதுபோன்று எவ்வளவோ நிகழ்வுகள். எவ்வளவு பெரிய கூட்டம் ஆயினும் எனது குரு தனது பார்வையால் அனைவரையும் நிறைவாக ஒருமுறை பார்த்துவிட்டு தான் அங்கிருந்து நகர்வார். தனது வழியில் நிற்கும் யாரையுமே பொருட்படுத்தாமல் அவர் சென்றதை நான் பார்த்ததே இல்லை. அவரைவிட மனிதாபிமானம் மிக்க ஒரு மனிதரை நான் கண்டதில்லை.

எனவே சக உயிரைப் பற்றிய உணர்வில்லாத வாழ்வில் எந்த பொருளும் இல்லை. நம்மை சுற்றிய அனைத்துடனும் ஒரு இணக்கத்துடன் வாழ்வதே அழகு. பொருளாகவும் ஒரு உணர்வின் வெளிப்பாடாகவும் ஏதேனும் ஒரு முறையில் நாம் பிற உயிருக்கு நமது அன்பை வெளிப்படுத்த வேண்டும். நமது அன்பான விசாரிப்பின் மூலம், ஆறுதலான வார்த்தைகளின் மூலம், கனிவான பார்வையின் மூலம் என எவ்வளவோ வழிகளில் பிற உயிர்களை நாம் தொட முடியும். வாழ்வின் இறுதி வரை இது தொடர வேண்டும். உயிர்கள் வாழும் வரை இது தொடர வேண்டும் அதுவே நிறைவான அர்த்தமுள்ள வாழ்க்கை.

புரிந்து கொள்வோம்! புரிய வைப்போம்!

உள் சூழ்நிலையைச் சமநிலையோடு வைத்திருப்பதைப் போல வெளி சூழ்நிலையையும் வைத்திருப்பது அவசியம். சூழ்நிலை என்பது எப்போதும் நம் கட்டுப்பாட்டில் இல்லை. அதுவே அதன் இயல்பு. நாம் எப்போதும் பாதிக்கப்படுவது வெளி சூழ்நிலையால் தான். உள் சூழ்நிலை என்று என்ன உள்ளது? யோகிகளைத் தவிர உள்ளே உள்ள வெற்றிடத்தை, இருந்தும் இல்லாதவனை இன்னமும் யாரும் முற்றிலுமாக அறியவில்லை. எனில் வெளி உலகில் நாம் காணும் விஷயங்கள் தான் உள்ளுக்குள் நடக்கின்றன. பழைய புதிய எண்ணங்களாக, கற்பனையாக, பயம், மகிழ்ச்சி, வருத்தம் போன்ற உணர்வுகளாக நம் அக தன்மையானது முற்றிலும் வெளி சூழ்நிலையால் நிர்ணயிக்கப்படுகிறது. எனில் வெளி சூழ்நிலையே பெரிதும் நம் மனநிலையை நிர்ணயிக்கிறது. வெளி சூழ்நிலையை கையாள விழிப்புணர்வுடன் செயல்படுவது மிக அவசியம். விழிப்புணர்வு எனும் ஒரு வார்த்தையில் அனைத்துமே அடங்கும். விழிப்புணர்வுடன் இருக்க வேண்டும் என்று கூறிவிட்டால் பிறகு தனித்தனியாக பேச தேவையில்லை. இருப்பினும் வெளி சூழ்நிலையில் சிறப்பான ஒரு சில விஷயங்கள் இன்றியமையாதது.

அவற்றில் முக்கியமானது மற்றவரை புரிந்து கொள்வது. மற்றவரின் சூழ்நிலையைப் புரிந்து கொள்வது. சிறிதாவது நாம் அதற்கு பிரயத்தனப்பட வேண்டும். ஒரு பிரச்சனை வரும்போது, மற்றவரின் மேல் சலிப்பும், கோபமும் வரும் போது முதலில் சற்று நிதானிக்க வேண்டும். மற்றவரின் சூழ்நிலை என்ன, அவரின் உணர்வுநிலை, திறமை, வாழ்வில் அவர் பெற்ற

அனுபவங்கள் என அனைத்தையும் ஒரு கணம் நினைத்துப் பார்க்க வேண்டும். நினைத்து பார்த்தால் நிச்சயம் கோபத்திற்குப் பதிலாக அவர் மீது நமக்கு ஒரு பச்சாதாபம் ஏற்படும். நமது கோபம் குறையும். மாறாக அவருக்கு எப்படி சொல்லி புரிய வைக்கலாம் என தோன்றும். முதலில் அந்த சூழ்நிலையையும் மற்றவரையும் புரிந்து கொள்ள முற்படும் போது நிச்சயம் அந்த இடத்தின் பதட்டம் குறையும். அதனால் ஒரு அசௌகரியமான சூழ்நிலையை நிச்சயம் தவிர்க்கலாம். கோபமான வார்த்தைகள், மற்றவரைக் காயப்படுத்துவது போன்றவற்றைத் தவிர்க்கலாம். மேலும் மற்றவரின் மனதிலும் ஒரு விஷயத்தைப் புரிந்து கொள்வதற்கு ஒரு சூழ்நிலையை ஏற்படுத்தலாம். சற்று சிந்தித்துப் பார்த்தால் நமது அனைத்து விதமான எதிர்மறையான சூழ்நிலைகளும் இப்படியே நிகழ்கின்றன. அந்த ஒரு கணம் சற்று நாம் நிதானமாக இருந்தால் நமது உணர்வு நிலையும் சமநிலையோடு இருக்கும். மற்றவரையும் அந்த சூழ்நிலையைப் பற்றி யோசிக்க வைக்க முடியும். புரிந்து கொள்வதும் புரிய வைப்பதும் என்றுமே ஒரு பக்குவமான செயல். முதிர்ச்சியான செயல். நாம் மற்றவரிடம் பொறுமையாக பேசும் போது அவரை புரிந்து கொள்ள முற்படும் போது, மற்றவரும் மகிழ்ந்து நம்முடன் ஒத்துழைப்புடன் இருப்பார்கள். அந்த பிரச்சினையை எப்படி சரிசெய்வது என்பது போன்ற விஷயங்களில் மனம் செல்லும்.

எப்போதும் மற்றவரை புரிந்து கொள்வது ஒரு அழகான செயல். மனிதனாக நாம் பரிணாமம் பெற்றதற்கு மற்றவரை, குடும்ப சூழ்நிலையை, சமூகத்தை புரிந்து கொள்வதே மேன்மையான செயல். ஒருவருடன் செயல்புரியும் போதும் சரி, வாழும் போதும் சரி, அவரின் நிலையிலிருந்து அப்பிரச்சனையை பார்ப்பதும் புரிந்துகொள்வதும் மகத்துவம் வாய்ந்தது. நமக்கும் மனதளவில் ஒரு தெளிவு கிடைக்கும். எங்கு பேச வேண்டும், பேசக்கூடாது எங்கு கண்டிப்பு காட்ட வேண்டும் என்பதில் ஒரு தெளிவு பிறக்கும். இவை வாழ்வில் நமது பாரத்தைக் குறைக்கும். நம் வாழ்வில் நாம் சந்திக்கும் ஒவ்வொரு நிகழ்வும் ஒரு பிரச்சனையாக மாறுவதற்கும் அல்லது அமைதியான முறையில் அதைக் கடந்து போவதற்கும், ஒரு மகிழ்வான தருணமாவதற்கும் என அனைத்திற்குமே சாத்தியங்கள் உள்ளன.

நல்ல சூழ்நிலை அமைய புரிந்துகொள்ளும் தன்மை மிக அவசியம். மேலும் நாம் மற்றவரோடு ஒரு சரியான உரையாடலில் ஈடுபடும் போது அங்கு ஓர் உரசல் ஏற்படாது. இருவரும் உரையாடவும், விஷயங்களைப் பகிர்ந்து கொள்ளவும் ஒரு வாய்ப்பு ஏற்படுகிறது. பிரச்சனைகள் பெருமளவு குறைகின்றன. புத்திசாலித்தனம் என்பது இதுவே. மனிதர்கள் உறவுகளில் பலருடன் சேர்ந்து செயல்படும் போது பிரச்சனைகள் வரலாம். ஆனால் அவற்றைக் கடந்து வரவேண்டும். மீண்டும் மீண்டும் ஒரே விதமான பிரச்சினைகளில் விழுவது நாம் மேல்நோக்கி வளராமல் இருக்கிறோம் என்பதையே காட்டுகிறது.

பேச்சு

பேச்சு என்பது நமது வாழ்வெனும் பயணத்தில் அடிப்படையான ஒன்று. நமது தொடர்புகள் அனைத்திற்கும் நமது உரையாடல் தான் அடிப்படை. நமக்கு மற்றவரிடமான தொடர்பு, உறவு அனைத்தையும் பேச்சு தான் பெரிதும் நிர்ணயிக்கிறது. பேச்சு என்பது வாழ்வின் அடிப்படை. பேசாமலே கூட ஒரு சிலரால் வாழ முடியும். அடுத்தவருடன் தொடர்பு கொள்ள முடியும். என்றாலும் கூட பேச்சு தான் நம் வாழ்வை எளிமையாக்குகிறது. எனில் இந்த பேச்சு மற்றும் உரையாடல் மூலமே நாம் ஒருவரை ஒருவர் புரிந்து கொள்கிறோம். நமது பேச்சு எந்த உணர்வு நிலையில் இருந்து வருகிறது என்பது மிக முக்கியம்.

அடிப்படையில் நமது எண்ணங்களும், உணர்வுகளும் தான் உரையாடலாக வெளிப்படுகிறது. நமது எண்ணங்களில் அமைதி இல்லை எனில் பேச்சிலும் அமைதி இருக்காது. இரைச்சல் தான் இருக்கும். நாம் ஆனந்தமாக இருக்கும்போது நமது உரையாடலில் இனிமை இருக்கும். எனவே அடிப்படையில் பேச்சில் ஒன்றும் இல்லை. நமது எண்ணங்களும், உணர்வு நிலையும் தான் இங்கு முக்கியத்துவம் பெறுகின்றன. நமது உள் நிலையை அமைதியாகவும் விழிப்புணர்வோடும் வைத்துக் கொள்வது மிக அவசியம். விழிப்புணர்வு இல்லை எனில் நமது பேச்சில் கட்டுப்பாடு இருக்காது. மனம் அமைதியற்று இருக்கும் போது எண்ணங்கள் அலைபாயும் போது பேச்சிலும் கவனம் இருக்காது. சிறிது நேரத்தில் பேசி முடிக்க வேண்டிய விஷயத்தைப் பேசிக்கொண்டே இருப்போம். நீண்ட நேரம் பேசும் போது தவறுதலாக புதிய பிரச்சினைகளை உருவாக்குவோம். நமது பேச்சானது உணர்வுகளால் பெரிதும் பாதிக்கப்படும். நமது உணர்வுகள் சமநிலையில் இல்லாதபோது பேச்சில் நிறைய

மாற்றம் இருக்கும்.சற்று கடினமாக பேசுவோம். காரணமே இல்லாமல் மற்றவரைக் காயப்படுத்துவோம். இவ்வாறு நிறைய விஷயங்கள் உள்ளன. எனவே பேச்சு என்பது முழுக்க முழுக்க ஒருவரின் உள்தன்மையைப் பொறுத்தது. மற்றவரை குறைவாக எண்ணும்போது பேச்சில் அலட்சியம் இருக்கும். அடுத்தவரிடம் ஏதாவது ஆதாயம் வேண்டுமெனில் பேச்சில் தேவையற்ற போற்றுதல் இருக்கும். மனதில் கோபம் இருப்பின் கடுமையான வார்த்தைகள் வந்து விழும். மனதில் வெறுப்பு இருப்பின் மற்றவரைத் தாழ்வாக பேசத் தோன்றும். இதுவே நேர்மறையான விஷயங்களுக்கும் பொருந்தும். நமது மனதில் அன்பு இருப்பின் இனிமையாக பேசுவோம். நமது மனதில் இரக்கமும் கருணையும் இருப்பின் ஆறுதலாக பேசுவோம். நம்மிடம் சமநிலை இருப்பின் அளவாகவும், தெளிவாகவும் பேசுவோம்.

பேச்சு என்பது நமது மனநிலையை அப்படியே வெளிப்படுத்தும் ஒரு செயல். அதனால் பேச்சைச் சரி செய்ய வேண்டும் என்று சொல்வதற்கு பதிலாக நம் மனநிலையைச் சரியாக வைத்துக் கொள்ள வேண்டும் என்றே கூறவேண்டும். ஒரு சமநிலையற்ற மனதில் எப்படி பேச்சு வெளிப்படும், அதனால் வெளி சூழ்நிலை எப்படி பாதிக்கப்படும் என்பதைக் காண்போம். சில வேளைகளில் நான் அதிகம் கவனித்த விஷயங்களைப் பகிர்கிறேன். பொதுவாக கணவன், மனைவி இடையேயான உரையாடலில் நான் இதை கவனித்து உள்ளேன். தனது வாழ்க்கை துணை தனது உரையாடலை எப்படி எடுத்துக்கொள்கிறார் என்றே புரிந்து கொள்ளாமல் மற்றவரைக் கேலி செய்து சீண்டுவது, மற்றவர் முன்னிலையில் அவ்வாறு செய்வது போன்ற விஷயங்கள் நகைச்சுவை என நினைத்துக் கொண்டு செய்யப்படுகின்றன. ஆனால் உண்மையில் பல நேரம் அந்த சம்பந்தப்பட்ட நபர் அதை விரும்புவதில்லை. நிச்சயம் வேறொரு சமயம் இது குறித்து அவர்களுக்குள் வாக்குவாதம் வரவே செய்யும். சிலபேர் மற்றவரிடம் குறைகளையே பேசுவர். நிறைவான பல விஷயங்கள் பேசுவதற்கு இருப்பினும் குறைகளையே பேசுவர். இதனால் நிச்சயம் சூழ்நிலை கெட்டுப்போகும். இதுபோல் எவ்வளவோ விஷயங்களைக் கூறலாம். பேசுவது என்பது ஒரு கலை. நாம் விழிப்புணர்வோடு பேசினால் நாளுக்கு நாள்

அதுமெருகேறும். இதை ஒரே நாளில் பெற்றுவிட முடியாது. குறைவாக பேசுவது மட்டுமல்ல. நிறைவாகவும் பேச வேண்டும். அதுவே முழுமையான பேச்சாக இருக்க முடியும்.

நமது உள்தன்மையைத் தூய்மையாக வைத்து நாம் பேசும்போது அடுத்தவரிடமும் அந்த தூய்மையும் உண்மையும் வெளிப்படும். அதில் அக்கறை இருக்கும். அவர்களுக்கு ஏதாவது ஒரு விதத்தில் உதவியாக இருக்கும். குறைந்தபட்சம் ஆறுதலாக இருக்கும். சில சமயங்களில் சில முக்கியமான கூட்டங்களில் பேசும்போது முக்கியமான மனிதர்களிடம் பேசும்போது நாம் கூற வருவதை சுருக்கமாகவும் தெளிவாகவும் பேச வேண்டும். அதற்கு நம்மிடத்தில் தெளிவு இருக்கவேண்டும். பல சமயங்களில் நமது உண்மையான எண்ணம் மற்றவரைக் காயப்படுத்த வேண்டும் என்று இருக்காது. ஆனால் விழிப்புணர்வு இல்லாமல் பேசி விடுவோம். அதனால் சாதாரண விஷயங்கள் கூட பிறகு தமது பேச்சினால் பெரிதாகும். பேச்சு தான் பெரும்பாலான சமயங்களில் சூழ்நிலையை, உறவை, வெற்றியை நிர்ணயிக்கிறது. பேச்சினை நாம் யாருக்கும் கற்றுக் கொடுக்க வேண்டிய அவசியம் இல்லை. நமது அகத்தை சம நிலையோடும், தூய்மையாகவும் வைத்துக் கொண்டால் பேச்சில் தெளிவும் அழகும் இனிமையும் வெளிப்படும். நமது பேச்சு சரியான முறையில் நிகழும் போது சரியான சூழ்நிலையை நாம் வெளியே உருவாக்க முடியும். இதனால் அடுத்தடுத்து நமக்கு நல்ல நேர்மறையான நிகழ்வுகள் நிகழும். நாம் தேவையற்ற பேச்சினைக் குறைக்கும் போது நமது சக்தியானது சேமிக்கப்படும். பல நிலைகளில் அது நமக்கு உதவியாக இருக்கும்.

இமயம் ஒரு தரிசனம்

நான் இதுவரை பகிர்ந்துகொண்ட விஷயங்களில் இந்த தலைப்பே என் இதயத்தில் மிக ஆழமாக குடிகொண்ட, நான் பெரிதும் விரும்புகின்ற தலைப்பு. என்னால் முழுவதுமாக இதை பகிர்ந்து கொள்ள முடியுமா என்று யோசிக்க வைக்கும் பகிர்தல்... இமயம்!!!... ஒரு மாலை வேளையில் உடலும் மனமும் தூய்மையாக உள்ள போது, ஒரு சரியான தருணத்தில் தான் இமயமெனும் புனிதத்தை என்னால் எழுதவே முடிந்தது. இதுவரை ஒருமுறை மட்டும் தான் நான் இமயமலைக்கு சென்று உள்ளேன். ஆனால் நான் இதுவரை பெற்றிராத காணக்கிடைக்காத மென்மையான தூய்மையான அனுபவங்களையும் காட்சிகளையும் அங்கு பெற்றேன். இமயம்

என் இறைவனின் இருப்பிடம். என் கருணையே வடிவான சிவம் எனும் இறை அங்கு குடி கொண்டதால் இமயம் அவ்வளவு அழகும் புனிதமும் மேன்மையும் பெற்றதா அல்லது இமயத்தில் அந்த அழகையும் உன்னதையும் கண்டு சிவபெருமான் அங்கு விரும்பி குடிகொண்டாரா என்று தெரியவில்லை. எதை கூறுவது முதலில்? எங்கும் வியாபித்த பரம்பொருள் அங்கு மட்டும் கொஞ்சம் அதிகம் விரும்பி குடி கொண்டதை கூறுவதா... இல்லை தன் பிரம்மாண்டம் கொண்டு மலைகளாலும், கங்கை எனும் தாண்டவமாடும் பேரழகு கொண்ட நதியினாலும் இறைவனையே தன் வசப்படுத்திய இமயத்தை முதலில் கூறுவதா... ஒருமுறை இமயத்தினை தரிசித்து இருந்தாலும் அவர்கள் பேறு பெற்றவர்கள்.

செல்லும் வழி எங்கும் மலையின் அடிவாரத்திலிருந்து உச்சம் வரை இறையின் இருப்பிடமாக சக்தி வாய்ந்த கோவில்களைக் கொண்டு, தன்னை சக்தியின் இருப்பிடமாக வைத்து வாழ்வது இமயமலை. மலைகள் என்று அவற்றைக் கூற முடியவில்லை. கருணையோடு நம்மோடு வாழும் தவம் செய்யும் முனிவர்களைப் போல எனக்குத் தோன்றின. கங்கை எனும் புனித பெண்... அவள் ஆர்ப்பரித்து பெருக்கெடுத்து இமயத்தில் அத்தனை இடங்களிலும் தனக்கே உரிய பாதையில், தனக்கு இங்கு எல்லா உரிமையும் உள்ளது என்ற தோரணையில் வியாபித்து செல்வது கண்கொள்ளாக்காட்சி. பக்தியும் யோகமும் பெருக, வழி எங்கும் காவி உடையணிந்து அவனையே சரணென்று மழையையும் குளிரையும் பொருட்படுத்தாது சுற்றித்திரியும் தவம் செய்யும் முனிவர்களை, துறவிகளைக் காணும்போது என்ன பேறு பெற்றனர் இவர்கள்... உலகத்தில் எத்தனையோ இடங்களை விடுத்து இங்கு வந்து இறைவனுக்காக தம் வாழ்வை அர்ப்பணிக்க கோடி கோடி புண்ணியம் செய்திருக்க வேண்டும் என்று கூறத் தோன்றுகிறது. வெறும் காற்றிலேயே ஏதோ ஒரு தெய்வீகத்தை வைத்திருப்பதே இமயம். வெற்றிடம் எனக் கூறப்படும் வெற்றுநிலையில், வெளியில் கூட தெய்வீகத்தின் அதிர்வை அங்கு உணர முடியும். பிரம்மாண்டத்தின் மறு உருவம் இமயம். கண்ணுக்கு எட்டும் தூரம்வரை அடுக்கடுக்கான மலைகள். அங்குமிங்குமாய் சிதறித் தெளித்தது போன்ற நீர்வீழ்ச்சிகள். சில

சிறியவையாகவும், சில பெரியவையாகவும். பல இடங்களில் நீர்வீழ்ச்சிகளின் சுவடுகள் பெரிய பெரிய பாறைகளின் மேலே வெண்ணிறத்தில். ஏனோ அவை மனதுக்குள் இங்கு பல்வேறு நாடகங்கள் நடந்தேறி விட்டன, நீங்கள் பார்க்கும் முன்பே இங்கு இயற்கையின் மாயாஜாலம் நடந்து கொண்டுதான் இருந்தது என்று கூறுகின்றது.

எங்கும் வியாபித்திருக்கும் ஒருவிதமான மெளனம். அந்த குளிரும் மெளனமும் இன்னமும் ஒருவரை சுருக்கி தங்களுக்குள் அமர வைக்கின்றன. இடையிடையே தட்பவெப்பநிலையினால் சரிந்து விழும் பாறைகள், ஆறுகளின் குறுக்கே ஆர்ப்பரித்து ஓடும் நதி எனும் வெள்ளம்... இந்த வாழ்வானது நிலையற்றது எனவும், இங்கு உன் முயற்சிகள் வீண் என்றும் சொல்லாமல் சொல்கின்றன. அந்த மிகப்பெரிய பிரம்மாண்டத்தின் முன்பு நான் என்னை மிக மிக சிறிய, ஒன்றுமற்ற உயிராய் உணர்ந்தேன். இதுவரை உயிருள்ள மனிதரையும், விலங்குகளை, பறவைகளை மற்றும் பிற உயிர்களையும் கண்டிருக்கிறேன். ஆனால் ஒரு மலையும், நதியும், நீர்வீழ்ச்சிகளும் பிரம்மாண்ட உருவம் எடுத்து என் முன் நின்று என்னை மலைக்க வைத்தன. கைகூப்பி வணங்க வைத்தன. தாள் பணிந்து நிற்க வைத்தன. அங்கு அவற்றிற்கு உயிர் உள்ளதா இல்லையா என்ற கேள்விக்கே இடமில்லை. அங்கு தெய்வீகம் பிரம்மாண்ட உருவெடுத்து விளையாடிக்கொண்டிருந்தது. வெள்ளப் பெருக்கைக் கடந்து வர முற்படும்போது உயிரோடு வீடு திரும்புவோமா என நினைத்தேன். ஒரு கணம் வாழ்வின் நிலையற்ற தன்மையை உணர்த்தி விட்டுச் சென்றன. ஒருபுறம் மலையும், மறுபுறம் அதலபாதாளமும் என "நான் ஒரு பிரம்மாண்டம்" என கர்ஜித்து நின்றது இயற்கை. வானமே எட்டும் அளவு உயரத்தில் இருந்து நாங்கள் நிற்கும் மலைக்கும் கீழே அதல பாதாளத்தில் கொட்டிய மிகப்பெரிய ஒரு நீர்வீழ்ச்சியைக் கண்டு இறைவன் இருக்கிறான் என ஒப்புக் கொண்டேன்.

கங்கை எனும் தாய்... ஜீவ நதி. தெய்வீகத்தின் சாரல். ஒரு நதியினை ஒரிடத்தில் காணலாம், பல இடங்களில் காணலாம், ஒரு நதியினை அவள் உருவாகும் இடத்திலிருந்து பரந்து விரிந்த ஆயிரமாயிரம் பரப்பளவு கொண்ட மலை முகடுகள் முழுவதும் நதியாக, ஓடையாக, வெள்ளமாக என பல்வேறு முகங்களில்

பல்வேறு பெயர்களில் நான் கண்டேன். என்ன இது? நான் காண்பதெல்லாம் கனவா நனவா என்று பிரமித்து பயந்து நிற்கச் செய்தது. கைகளால் தொட்டுக் கூட பார்க்க முடியாத குளிர்ச்சி. சுற்றிலும் அண்ணாந்து பார்க்கும் உயரத்தில் சூரிய ஒளிபட்டு கண்கள் கூச வெண்ணிற பனிமூடிய பாறைகள் ஒளிரும் போது, அங்கே ஆக்ரோஷ நங்கையாய் ஆர்ப்பரித்து நின்றாள் கங்கை. அவள் வேகத்தை வார்த்தையால் சொல்லிட முடியாது. பொங்கிப் பெருகும் அவள் மெல்ல மெல்ல மலையோடு இணக்கம் கொண்டு அதன் அடிவாரத்தைத் தனது பயணம் ஆக்கினாள். மலைகள் எப்படி எல்லாம் வளைந்தனவோ அவற்றோடு வளைந்து சென்றாள்.சில சமயம் சொல்பேச்சு கேளாமல் பிரிந்து கிளையாக சென்று மீண்டும் வந்து சேர்ந்து கொண்டாள். அவள் அமைதியாய் இருக்கையில் தெளிந்த நீரோடையாய் பச்சை வண்ணம் எடுத்து வளைந்து ஓடினாள். கோபமோ, பொங்கும் சிரிப்போ தெரியவில்லை, ஆர்ப்பரிக்கும் போது மண் புழுதி கலந்து, கலங்கிய நிறத்தில் அனைத்தையும் அடித்து செல்வேன் என வேகம் எடுத்தாள். சமவெளியில் நதியாக, பள்ளத்தாக்கில் அருவியாக, மழைகால வெள்ளமாக அவளது முகங்கள் ஏராளம். யாருமற்ற இடங்களில் தன்னந்தனியாய் பொங்கிப் பிரவாகம் எடுக்கும் நதியைக் கண்டபோது யார் இவள்? எங்கிருந்து வந்தாள்? யாருக்காக இப்படி ஆர்ப்பரிக்கிறாள்…

வெறும் மாற்றார் கண்களில் தம்மை நிலைநிறுத்த வாழ்நாள் முழுவதும் பாடுபடும் மனித குலத்திற்கு முன்பு இந்த இயற்கை தன் பல்வேறு அம்சங்களை யாருமற்ற இடங்களில் தனக்குத்தானே நடத்திக் கொள்கிறது. இவற்றையெல்லாம் காணும்போது மனித வாழ்வின் அர்த்தம் என்ன என்று எண்ண தோன்றுகிறது? மனித வாழ்விற்கு ஒரு அர்த்தம் இருப்பின், இயற்கையின் இவ்வளவு அழகிற்கும் மாயாஜால வித்தைகளுக்கும் என்ன அர்த்தம்? ஹரிதுவார், ரிஷிகேஷ், பத்ரிநாத், கங்கோத்ரி, கேதார்நாத், கௌரிகுண்ட், காந்திசரோவர் போன்ற இந்த புண்ணிய ஸ்தலங்களில் கால்பதிக்க எத்தனை பேறு பெற்றிருக்க வேண்டும்? இத்தனை பிரமிக்க வைக்கும் இயற்கையின் நாடகங்களுக்கு மத்தியில் எதையும் பொருட்படுத்தாது தன் வாழ்வை இறைவனுக்கு அர்ப்பணித்து அங்கு வாழும் துறவிகள்… ஆன்மீக சாதகர்களை

நினைக்கையில் மெய்சிலிர்க்கிறது. அத்தனைக் குளிரிலும் தம் ஆன்மீகப் பயிற்சியை உறுதிப்படுத்தி கண்கள் மூடி உள்ளே மனதைக் குவித்து இறையைத் தேடும் உன்னத ஆன்மாக்கள் அவர்கள். கோவில்கள்!! பொதுவாக ஓர் இடம் அழகாக இருக்கிறது என்றால் அதை அனுபவிக்க மனிதன் அங்கு குடி ஏறுவான். ஆனால் இமயம் உலகின் அத்தனை அழகையும் பெற்றிருந்தாலும், மனிதர்கள் அதன் அழகினை விடவும் அங்கே குடி கொண்ட சக்தி வாய்ந்த இறைவனைத் தரிசிக்கவே பல கோயில்களுக்கு இமயம் நோக்கிச் செல்கின்றனர். ஏனெனில் மனிதனுக்கு முன்பு இறைவனே அவ்விடத்தை விரும்பி அங்கு குடி கொண்டதால்தான். ஒரு பொதுவான மக்கள் வாழும் பகுதியையே நாங்கள் கண்டோம். அதுவே அவ்வளவு அழகாக உள்ளது என்றால் மக்களே நடமாடாத மக்களால் சேதமடையாத இடங்கள் இன்னும் எவ்வளவு பொலிவாக இருக்கும்.

இமயம் ஒரு சுற்றுலா ஸ்தலம் என்பதை விடவும் அது ஒரு புனித ஸ்தலம். அங்கு பயணம் செய்வது புனித யாத்திரை. ஆன்மீகத்தின் பாதையில் இருப்போர்க்குப் புகலிடம். பக்தியின் இருப்பிடம். ஞானிகள் யோகிகள் வாழ்ந்து அருள் சேர்த்த இடம். வாழ்வில் ஒரு முறையாவது ஒரு ஞானம் அடைந்த பெரியவரைக் காண மாட்டோமா என ஏங்கும் நமக்கு எவ்வளவோ ஞானமடைந்த பெரியவர்கள் சர்வசாதாரணமாக அங்கு வாழ்ந்து வருவதைக் கேள்வியுற்ற போது ஆச்சரியமும் பக்தியும் மேலோங்கியது. எவ்வளவு ஆன்மீக சாதகர்கள் தனது விடா முயற்சியால் அங்கு யோகமும் தவமும் செய்து இறைவனுக்காக காத்துக்கொண்டிருக்கின்றனர். இவை அனைத்தும் இமயத்தினை மேலும் ஒரு அதிர்வு மிக்க மலையாக மாற்றி விட்டது. கோவில்களைப் பற்றி கூறிட வார்த்தைகள் இல்லை. அவை சக்தியின் வடிவங்கள். ஒவ்வொரு கோவிலுக்கும் ஒரு சிறப்பு உள்ளது. ஒவ்வொரு கோவிலும் ஒரு குறிப்பிட்ட முறையில் யோகிகளாலும் ஞானிகளாலும் பிரதிஷ்டை செய்யப்பட்டது. சுயம்புவாக தோன்றிய விக்ரகங்கள் தங்களது அதிர்வினால் நம்மை சிலிர்க்க வைக்கின்றன. ஆயிரமாயிரம் யோகிகளின் கதைகளுக்கு அந்த இடங்கள் ஆதாரமாக நின்று பறைசாற்றுகின்றன.

புனிதத்தின் உறைவிடம் இமயம். அங்கு தவழும் குளிர்காற்றும், அற்புதமான தட்பவெப்ப நிலையும் ஆன்மீக சாதகர்களுக்கு மேலும் இறை நினைவை அதிகப்படுத்தி, ஒரு சாதகமான சூழ்நிலையை ஏற்படுத்திக் கொடுக்கின்றன. இமயம் ஒரு அற்புதம். இமயம் ஒரு அதிசயம். அது ஒரு புரியாத புதிர். இமயம் பாரதத்தின் பெருமை. இமயம் ஆன்மீக சாதகர்களின் சொர்க்கம். இமயம் இப்படைப்பின் அதிகபட்ச கருணை. படைப்பின் மகத்துவம். வேறு என்ன சொல்ல? நான் சொல்லப்போவது வெறும் கற்பனை தான். இருப்பினும் இது உண்மையாக இருந்தால் நன்றாக இருக்கும். அடுத்த பிறவியிலாவது இமயத்தின் ஒரு குக்கிராமத்தில் பிறக்க வேண்டும். எந்தவித வசதியும் இல்லை என்றாலும் பரவாயில்லை. ஒரு சிறுமியாக இமயத்தின் சமவெளிகளில் ஆடிப்பாடி திரிய வேண்டும். வாழ்வின் எவ்வித பாதிப்பும் அறியும் முன்பு இறை தேடுதலில் மனம் இலயிக்க வேண்டும். அவனை இமயத்தின் அரவணைப்போடு தேடவேண்டும். பக்தியிலும் பரவசத்தில் மூழ்கி எழவேண்டும். அங்கு வாழும் யோகியர்க்கும், ஞானிகளுக்கும் சமைத்துப் பரிமாற வேண்டும். அவர்களின் அற்புத நிலைகளைக் கண்டு மெய் சிலிர்க்க வேண்டும். கால்நடையாகவே எல்லா ஸ்தலங்களுக்கும் செல்லவேண்டும். போகும் வழி எங்கும் என் இமயம் எனும் அன்பு அன்னையைத் தரிசிக்க வேண்டும். ஒரு நாள் அவளின் மடியில் என் இறைவனோடு கரைய வேண்டும். இங்கு தேவையற்ற எந்த விவாதமும் இல்லை. இது வெறும் கற்பனையே. இருப்பினும் இது என் ஆழ்மன விருப்பம். இமயத்தின் மடியில் சிறிது காலமாவது வாழ வேண்டும் என்பது என் விருப்பம். தீராத தாகம்.

கடைசியாக கேதார்நாத் பற்றி எனது பகிர்தலோடு இக்கட்டுரையை முடிக்கிறேன். ஒரு சக்தியின் அற்புத வடிவத்தை, சிவனின் அதிகபட்ச இருப்பினைக் காணப்போகிறோம் என்றுதெரியாமலேயே மலை உச்சியில் ஏதோ ஒரு கோயிலுக்குப் போகிறோம் என்ற எண்ணத்தில் எனதுபயணத்தைத் தொடர்ந்தேன். மழையும் குளிரும் மிக்க ஒரு கால நிலையில் அந்த புனிதமான இடத்தை அடைந்தோம். அதிகாலையில் எனது குரு பூஜா, சாதனா என

ஒவ்வொரு விஷயத்திலும்அந்த இடத்தின் அதிர்வு என்னை சுக்குநூறாக உடைத்தது. தெய்வீகத்தின் அதிகபட்ச நிலையை அதிர்வு நிலையில் அங்கு உணர்ந்தேன். காற்றில், பனிமூடிய மலையில், குளிரில், கோவில் எனும் காட்சியில், வானில், வழியில் என அனைத்திலும் தெய்வீகம் நிறைந்து பெருக அதி உன்னதமான ஒரு இடத்தில் இருக்கிறோம் என்பதை உணர்ந்தேன். அவற்றோடு சேர்ந்து ஆதிசங்கரரின் ஆசிரமம் மற்றும் அவரது பாதச்சுவடுகள் பட்ட இடம் இது தான் என நினைத்தபோது மேலும் உள்ளம் உருகியது.சுற்றிலும் பனி மூடிய மலைகள், கண்ணுக்கெட்டிய தூரம் வரை பனி, இதை தாண்டி இதற்குமேல் இந்த இடம் எப்படி இருக்கும், இங்கு என்ன உள்ளது என்ற கேள்வி. ஒரு குறுகிய இடத்தைத் தவிர வேறு எங்கும் மனித நடமாட்டமே இல்லை. முதல் முறையாக காலையில் கோவிலுக்குள் சென்ற போது சக்திவாய்ந்த லிங்கவடிவில் சிவமானது அங்கு பெரும் அதிர்வுநிலையில் குடிகொண்டுள்ளதை உணர்ந்தேன். அங்கு சிறிது நேரமே இருக்க முடிந்தது.இவ்வுலகில் மிக உயர்ந்த மலையில் ஒரு சிகரத்தில், மனிதர்களால் மாசுபடாத ஒருஇடத்தில், குளிரும் பனியும் சூழ்ந்த ஒரு தட்பவெப்ப நிலையில், தன்னை அதிகபட்சமான சக்தி நிலையில் நிலை நிறுத்தி நின்றான் என் இறைவன். அவனை மீண்டும் காண வேண்டுமெனில் அது அவ்வளவு சுலபம் அல்ல. இமயத்தின் மடியில்மீண்டும் ஒருமுறை கால்பதித்து, குளிரையும் மழையையும் பொருட்படுத்தாமல் மலையேறிமேல் சென்று அவனைத் தரிசிக்க வேண்டும். அந்த பயணம் கூட பொருத்தமாகவே உள்ளது. எல்லாம்ஆன பரம்பொருளின் அற்புத தரிசனம் எளிதில் கிடைத்து விட்டால் அதில் என்ன இருக்கிறது. ஒன்றுமில்லை. அவனைக் கண்ணாரக் காண, உணர சிறிதாவது மெனக்கிட வேண்டும்.

பெரிய கோயிலுக்கு அருகே உள்ள சிறிய கோவிலில் சக்திநிலை மேலும் அதிகம் இருந்ததை உணர்ந்தேன். பிரிய மனமில்லாமல் வேறு வழியின்றி விடைபெற்றோம். அவனைத் திரும்பி திரும்பி பார்ப்பது எனக்கு அவ்வளவு சுலபமாக தோன்றவில்லை. ஒருமுறைகூட பிறகு நான் திரும்பி பார்க்கவில்லை. அந்த ஒரு தரிசனத்தைக் கண்ணிலும் இதயத்திலும் நிறுத்தி விடைபெற்றேன். மாறாக என்னோடு

பயணித்த மற்றொருவரின் உணர்வு வேறு நிலையில் இருந்தது. அவரோ வழியெங்கும் திரும்பும் போது, திரும்பி திரும்பி கேதார் ஆலயத்தை நோக்கி மண்டியிட்டு வணங்கினார். பலமுறை அவ்வாறு செய்தார். இறைவன் மீதான பலரின் உணர்வினையும் பக்தியையும் கண்டு மெய்சிலிர்த்தேன். இதற்கு மேல் என்னால் இமயத்தை நினைவு கூற இயலவில்லை. ஏனென்றால் அது பெரும் ஏக்கத்தையும் தாகத்தையும் ஏற்படுத்தும் என்பதால் இத்தோடு முடித்துக் கொள்கிறேன். இந்த பாரத மண்ணில் பிறந்ததற்குப் பெருமை கொள்கிறேன். நன்றி கொள்கிறேன். மனதார அவன்தாள் பணிகிறேன். எல்லோரும் ஒரு முறையாவது இமயத்தில் கால்பதிக்க வேண்டும். அவள் அருள் மழையில் நனைய வேண்டும்.

தாகம் தணியும் வரை

இறை தேடுதலில் நிறைவு என்பது இறைவனை அறிவதே. நடுவில் எங்கும் நிற்க இடமில்லை. இங்கு பலவிதமான நோக்கங்கள் இல்லை. ஒரே நோக்கம்தான். அது முக்தியாக இருக்கலாம். இறைவனை அறிந்து கொள்ள வேண்டும் என்ற எண்ணமாக இருக்கலாம். பெயர்கள் வேறாக இருக்கலாம். அனைவரின் தேடுதலும் ஒன்று தான். இங்கு ஒரு மனிதரை வேறு எந்த ஒரு விஷயமும் நிறைவடைய வைப்பதில்லை. எங்கும் இளைப்பாற இடம் இல்லை. ஒரு மனிதருக்குத் தேடுதல் ஏற்பட்டு விட்டால் அவரால் அமைதியாக இருக்க முடியாது. இந்த அமைதியற்ற நிலை என்பது உலக விஷயங்களில் சிக்கி அமைதியை இழப்பது அல்ல. இறைவனைப் பிரிந்த வேதனையின் வெளிப்பாடு. அதுவும் உணர்வு நிலையில், பக்தி நிலையில் இறைவனைத் தேடுவோர்க்கு இது ஒரு ஆழமான ஏக்கமாக இருக்கும். தனது சொல்லில், செயலில், எண்ணத்தில் என அனைத்திலுமே மீண்டும் மீண்டும் நம்மை சரி செய்து கொள்ள வேண்டும், தூய்மையாக்கிக் கொள்ள வேண்டும் என்ற எண்ணம் தோன்றும்.

இது ஒரு விடாமுயற்சி. இங்கு ஒரு உயிரானது ஒரு பக்குவ நிலையை அடையும் வரை சதா இறைவனை அடையும் பாதையில் முயற்சித்துக் கொண்டே இருக்கிறது. அது ஆழமான பக்தி உணர்வினால் பெருகும் கண்ணீர் ஆக இருக்கலாம், விழிப்புணர்வில் சறுக்கி விழுந்து, விழுந்து மீண்டு எழும் முயற்சியாக இருக்கலாம். மற்றும் சுயநலமில்லாத அயராத கர்மயோகமாக இருக்கலாம். தீவிரப் பயிற்சிகளை இடைவிடாமல் செய்யும் சாதக நிலை ஆகவும் இருக்கலாம். இவ்வாறாக இந்த ஆன்மீகத் தேடுதல் ஆனது ஒரு உயிரின் உள்ளே ஏக்கமாக, வலியாக, சில சமயங்களில் இறைவனை

அடையும் தருவாயில் வாயிலை நெருங்க நெருங்க அது ஒருவிதமான ஆனந்தமாக இருக்கலாம். இவ்வாறு ஒரு சாதகர் பல்வேறு விதமான நிலைகளில் வாழ்கிறார். நிச்சயம் நாளுக்குநாள் முன்னேறுகிறார். தனது பாதையில் வரும் முட்களைக் களைந்து, தானே ஏற்படுத்திக் கொண்ட ஓட்டைகளை அடைத்து மேலும் மேலும் நம்பிக்கையோடு அடுத்த படியை எடுத்து வைக்கிறார். எனில் நிச்சயம் அவர் ஒருநாள் தன் இடத்தை அடைவார். ஒரு குறிப்பிட்ட காலத்திற்குப் பிறகு தனது இடைவிடாத முயற்சியினால், அருள் மழையில் நனைவார். ஒரு குறிப்பிட்ட காலத்திற்குப் பிறகு அருளே அவரை வழி நடத்தும்.

இது ஒரு தனி மனிதனின் பயணம். தன்னைத்தானே நேர்மையாக பார்த்துக்கொள்ளும் சாதகருக்கு, நாம் எப்படி இருந்தோம், இப்போது எப்படி இருக்கிறோம் என நிச்சயம் புரியும். நேர்மையாக இருப்பது ஒன்றுதான் ஆன்மீக வாழ்வில் வளர்ச்சியைக் கொடுக்கும். தனக்குத்தானே நேர்மையாக இருப்பது. அவ்வாறு இருக்கும்போது தனது சிறு சிறு தவறுகள் தன் கண்களுக்குப் புலப்படுகிறது. தனக்குள்ளேயே ஓர் ஆன்ம விசாரம் ஏற்படுகிறது. இறைவனை அடைவதைத் தவிர வேறு எதுவும் பெரிதல்ல, நிறைவு தருவதில்லை என புரிந்து கொண்ட அவருக்குத் தன் தவறுகளைப் புரிந்து கொள்வதும், சரி செய்து கொள்வதும் மிக எளிமையான விஷயமாகி விடுகிறது. உண்மையில் இது ஒரு அற்புதமான விஷயம். என்னவென்றால் இறைவனை அடைவதே உண்மையான மகிழ்ச்சி, நிறைவு என புரிந்து கொண்ட பிறகு நாம் இந்த சமூகத்தில் நமக்கென்று ஒரு இடத்தைப் பெற வேண்டும் என்ற எண்ணம் மற்றும் அதற்கான போராட்டங்களில் அர்த்தமில்லை என புரிந்து கொள்கிறோம். போட்டி, பொறாமைகள் குறையும். மனதில் அமைதி பிறக்கும். தனக்கும், இறைவனுக்கும் இடையே உள்ள எந்தவித தடைகளையும் களைந்துவிட தோன்றும். இது ஏதோ வெளி உலகில் வீட்டை துறப்பது, உறவுகளைத் துறப்பது பற்றி அல்ல. இது முழுக்க முழுக்க தனக்குள் தான் எப்படி இருக்கிறோம் என பார்ப்பது. இவை ஒரு சத்தமற்ற, ஆரவாரமற்ற முறையில் நடைபெறும் விஷயங்கள். ஆனால் அதுவே உண்மையான புரட்சி. வளர்ச்சி.

இறைவனே அனைத்துமானவன். பெரியவன். அவனை அறிந்து கொள்வதே நிறைவைத் தரும் என உண்மையாகப் புரிந்து கொண்டவருக்குப் பக்தி என்பது தானாக ஊற்றெடுக்கும். என்னதான் மனித முயற்சியினால் அனைத்து விதமான விஷயங்கள் ஆன்மீகம் சார்ந்து செய்யப்பட்டாலும் இறைவனே பெரியவன் என்ற எண்ணம் தோன்றும் போது அவனிடம் ஒரு வித அன்பும் உரிமையும் தோன்றும். அவனை அறிந்து கொள்வதே தனக்கு நிறைவைத் தரும் என்பது புரியும் போது அவனிடம் பக்தி பிறக்கும்.அவனை அறிந்து கொள்ள வேண்டும் என்ற ஏக்கமும் பெருகும். அது ஒரு சாதகனை மென்மையாக்கும். தனக்குள் ஒரு மிகப்பெரிய சொர்க்கத்தை காட்டும். அவன் தாள் பணிந்து வாழ்வதில் ஒரு நிறைவும் சந்தோஷமும் கிடைக்கும். தனது எண்ணங்களும் உணர்வுகளும் அதையொட்டியே இருக்கும். இது ஒருவிதமான பாதை. இதுபோல் ஒரு சாதகன் பல்வேறு நிலைகளில் வாழ்கிறார். தனது சாதனாவில் சிலர் உச்சத்தைத் தொடுகின்றனர். தனது விழிப்புணர்வில் சிலர் உச்சத்தைத் தொடுகின்றனர். தனது தன்னலமற்ற செயல்பாட்டில் சிலர் உச்சத்தைத் தொடுகின்றனர். இது மனிதருக்கு மனிதர் வேறுபடும். அவரவர் தனக்கான பாதையைத் தன்னையறியாமல் தேர்ந்தெடுக்கின்றனர். இவை அனைத்து விஷயங்களும் ஒரு சாதகருக்குள் வெவ்வேறு அளவில் கலந்தே காணப்படும். ஆனால் இறைவனை அடைய வேண்டும் என்ற தாகம் எல்லோருக்குள்ளும் அவர்கள் செய்யும் எல்லா விஷயங்களிலும் இருப்பது உண்மை. எனவே அவருக்குள் ஒரு நிறைவு வரும் வரை இந்த தேடுதல் தொடர்கிறது. அது தன்னைத் தானே தூண்டி கொள்கிறது. தனது பாதையைக் கண்டு கொள்கிறது.

இறப்பு

ஒரு மனிதனை உலுக்கிப் போடும் சம்பவங்களில் ஒன்று இறப்பு. ஒரு மனிதன் வாழ்வில், ஒரு உயிரின் வாழ்வில் பொதுவான விஷயங்களில் ஒன்று இறப்பு. இது எல்லோருக்கும் பொதுவானது. யாருக்கும் இதில் தனிப்பட்ட முறையில் எந்த சலுகையும் கிடையாது. பிறப்பும் இறப்பும் என்றுமே பொதுவிதி. பிறக்கும் போது உயிர்களுக்கு ஒன்றுமே தெரிவதில்லை. நாம் எப்படி இருந்தோம், எப்படி வந்தோம் என்று எந்த விஷயமும் நமது ஞாபகத்தில் இல்லை. ஆனால் இறப்பு அப்படி அல்ல. இறப்பு என்றால் என்ன என்று நமக்கு எல்லோருக்குமே தெரியும். எல்லோருமே ஒரு நாள் இறந்து விடுவோம் என்று தெரியும்.

இறப்பு வந்து விட்டால் நம் வாழ்வு முடிந்து விடும். அதன் பிறகு நாம் இங்கு இல்லை. நமது சுற்றங்களும் நம்முடன் இல்லை. நாம் எங்கு செல்கிறோம் எனவும் தெரியாது. இதுபோன்ற விஷயங்கள் அனைத்தும் அனைவருக்கும் தெரியும். இது சாதாரண விஷயமல்ல. ஒரு உயிர் சரியான அறிவுடனும் விழிப்புணர்வுடனும் இருந்தால் புத்தர் மகாஞானம் பெற்றது போல் எல்லா உயிர்க்கும் மனதில் ஒரு கேள்வி வரும். நாம் எங்கே போகிறோம், இது எவ்வளவு குறுகிய வாழ்வு, இது முடியும் முன்பே இது என்ன என்பதை நாம் அறிந்து கொள்ள வேண்டும் என்ற எண்ணம் தோன்றும். பிறப்பையும் இறப்பையும் தெரிந்து கொண்ட மனிதர்களை, மகான்களைத் தவிர மற்ற எல்லோருக்குமே இறப்பு என்பது ஒரு மிகப்பெரிய நிகழ்வு. நமது பயணம் ஒரு நாள் முடியும், நமது செயல்கள் ஒரு நாள் முடியும், மூச்சு ஒரு நாள் நின்றுவிடும், குடும்பத்தார்கள், நண்பர்கள் என அன்பான உறவாக இருப்பினும் பிரிவு நிச்சயம். நமது எண்ணங்கள் எவ்வளவு வலுவாக இருப்பினும், நமக்கு எவ்வளவு கனவுகளும், எதிர்பார்ப்புகள் இருப்பினும், நமது வாழ்வு எவ்வளவு சௌகரியமாக இருப்பினும், ஆனந்தமாக இருப்பினும் அதனால் எந்தவித சலுகையும் நமக்கில்லை.

ஒரு சராசரி மனிதனுக்கு இறப்பு என்பது அதைப் பற்றி ஒன்றுமே அறியாத ஒரு துயரம். வெகு சிலரே அதை அமைதியாக கடந்து செல்கின்றனர். இருப்பினும் எவ்வாறு நிம்மதியாக கடந்து செல்வது என்பது பற்றி நான் பேசவில்லை. அவ்வளவு ஞானமும் எனக்கில்லை. ஆனால் இறப்பெனும் நிகழ்வு ஒரு மனிதனை விழிப்படையச் செய்ய வேண்டும். ஆன்மீகம் என்றால் என்னவென்றே தெரியாத மனிதராக இருப்பினும் இறப்பெனும் இழப்பு சிறிதாவது சிந்திக்க வைக்க வேண்டும். இந்த வாழ்வு என்பது நிலையற்றது, குறுகியது, நாம் என்றும் நிரந்தரம் இல்லை என்பதை நாம் நிதர்சனமாக உணர்ந்துவிட்டால் பிறகு வாழ்வை பற்றிய பார்வை நிச்சயம் மாறும். உண்மையே. நம் வாழ்வில் என்ன நடக்கிறது? சிறியவர் முதல் பெரியோர் வரை எத்தனை பேர் நிம்மதியாக இருக்கிறோம்? எத்தனை விதமான துயரங்கள், வலிகள், வேதனைகள்! எந்த விஷயத்தை எடுத்தாலும் அது பிரச்சனை தான்… குழப்பம் தான்… ஏன் அவ்வாறு? நமது வாழ்வு அமைதியும் ஆனந்தமும் ஆக இருந்தால் எந்த பிரச்சனையும்

இல்லை. ஆனால் உண்மையில் இன்று 90 சதவீதத்திற்கும் மேலான மக்களின் நிலை என்ன? வாழ்வு என்னும் பெருங்கடலில் மூழ்கி வெளியே வர முடியாமல் தவிக்கின்றனர். இந்த வாழ்வை ஈடுபாட்டோடு வாழ்வதில் தவறில்லை. ஒருவர் வாழ்வினில் பெரும் ஈடுபாடு கொள்ள வேண்டும்... உண்மை தான். இந்த வாழ்வில் சோம்பலாக மேலோட்டமாக வாழ்வதை விடவும் ஈடுபாட்டுடன் வாழ்வதே சிறந்தது. ஒருவர் வாழ்வில் மிகுந்த ஈடுபாடு கொள்ளும் போது பிரச்சனைகள் தவிர்க்க முடியாதவை... உண்மைதான். ஆனால் அந்த பிரச்சினைகளை எப்படிக் கையாளுகிறோம் என்பது முக்கியமானது.

எல்லோருக்கும் வாழ ஆசைதான். அதற்கான முயற்சியில் தான் ஒவ்வொருவரும் ஈடுபடுகிறோம். அதேநேரம் வாழ வேண்டும் என்ற ஆசையே நம் வாழ்வைச் சிதைத்து விடக்கூடாது. எங்கு ஆரம்பித்தோம்... எங்கு சிக்கிக் கொண்டோம் என்று எந்த தெளிவும் இல்லாமல் பிரச்சினைகளுக்குள் வாழ்வது வருத்தத்திற்குரியது... ஆயிரம் ஆயிரம் உயிர்கள் எத்தனை சிரமத்தில் உள்ளன. ஒரு முறை வாழ ஆயிரம் முறை இறப்பது நியாயம் அல்லவே... உறவுகளில், வேலை செய்யும் இடத்தில், உடல்நலனில் என அனைத்திலும் பிரச்சனைகளைச் சந்திக்கும் நாம் இறுதியில் அதற்காக பலி கொடுப்பது நமது அமைதியையும் சந்தோஷத்தையும் தான். எனில் அது நியாயம் அல்லவே. பல பேருக்கு வாழ்வு என்பதே போராட்டம்தான். துன்பம்தான்... ஏன் அப்படி?...

வேறுவிதமான வாழ்வு உள்ளது. எதைப் பற்றியும் கவலை கொள்ளாமல் மிகுந்த சுயநலமாக வாழ்வது... தன் சுகம்... நலம்... மீறிப் போனால் தன் குடும்பத்தாரின் நலம்... இப்படியாக வாழ்வது... மற்ற உயிரைப் பற்றிய கவனமே இன்றி வாழ்வது... பத்து தலைமுறைக்குத் தேவையான சொத்து சேர்த்து வைப்பது... ஆனால் யாருக்கும் கொடுக்க மனமில்லாமல் இருப்பது... இது போன்ற மனிதர்கள் தங்களுக்குள் ஆனந்தமாக இருக்க முடியும் என்று நினைக்கிறீர்களா?...நிச்சயமில்லை... எதையாவது இழந்துவிடுவோமோ என்ற பயம், யாரும் எனக்கில்லை என்ற பயத்திலேயே பலர் வாழ்வை கழிப்பர்... இதுபோன்ற மனிதர்களுக்கு எவ்வளவோ அறிவுரைகள் புத்தகங்கள் மூலமும், பெரியவர்களாலும் பலமுறை

கூறப்பட்டும், மாற்றவே முடியாத இதுபோன்ற மனிதர்களுக்கு இறப்பு என்பது ஒரு பெரும் வாய்ப்பு.

மற்ற உயிர்களின் இழப்பை கண்ணாரக் காணும் போது நிச்சயம் ஒரு மாற்றம் வரவேண்டும். கண்மூடி கண் திறப்பதற்குள் நமது வாழ்வை நாம் கடந்து விடுகிறோம். பத்து வருடங்கள் என்பது ஒரு கணம் போல கடந்து விடுகிறது. நமக்கு அடுத்த தலைமுறைகள் வந்து கொண்டே உள்ளன. இந்த வாழ்வு குறுகியது என்பதைச் சரியான விழிப்புணர்வு கொண்ட மனிதர்கள் *சீக்கிரம்* புரிந்து கொள்கின்றனர். அவ்வாறு சற்று ஆழமாக புரிந்துவிட்டால் பிறகு நம் வாழ்க்கை மாறிவிடுகிறது. நமது கோபம் குறைகிறது... மற்றவர் மீது பரிவு ஏற்படுகிறது... நமது புரிந்துகொள்ளுதல் மேம்படுகிறது... இறப்பு என்பது வாழ்வில் மிகப்பெரிய மாற்றங்களைத் தரவல்லது... அதற்காக வாழ்வில் எந்த ஈடுபாடும் இல்லாமல் ஒருநாள் இறந்து விடுவோம், அதனால் எதிலும் பொறுப்பு தேவையில்லை என்பதுபோல வாழ சொல்லவில்லை. இந்த வாழ்வு மனிதனுக்கு கிடைத்த பொக்கிஷம். அதை நல்ல முறையில் முழுமையாக வாழ வேண்டுமே தவிர பொறுப்பில்லாமல் அல்ல... என்னதான் ஒருநாள் இறப்புவரினும், வாழும் வரை வாழ்வைக் கொண்டாடுவது இறப்பையும் கொண்டாட நமக்கு கற்றுக்கொடுக்கும்... வாழும் போது தயக்கம், பயம் என பலவற்றால் சுருங்கி போய் விடும் போது இறப்பும் ஒரு புரியாத புதிராகவே ஒரு பய உணர்வை ஏற்படுத்தும். வாழும்போது முழுமையாக வாழ்ந்துவிட்டால் இறப்பு ஏற்படும் பொழுது, இனி பார்க்க என்ன இருக்கிறது... அனைத்தையும் பார்த்து விட்டோம் என்ற ஒரு நிறைவு இருக்கும்...

இறப்பு!! என் தாயின் மடியில் மழலையாய் தவழ்ந்து நான் இன்பம் பெற்ற நாட்கள் முடிவு பெற்றன. என் பள்ளியில் சிறுமியாய் நான் ஓடி, ஆடி மகிழ்ந்த நாட்கள் முடிந்தன. என் அண்ணன் அக்காவிற்குத் தங்கையாக பாசம் பொழிந்து உருகிய நாட்கள் முடிந்து போயின. நங்கையாய் வளர்ந்து வரும்காலம் பற்றிய கனவுகளில் கரைந்த நாட்கள் முடிந்து போயின... காதலுக்காக ஏங்கிய நாட்கள் கழிந்துவிட்டன... படிப்பிற்காக உழைத்து உழைத்து பட்டம் பெற காத்திருந்த நாட்கள் கடந்து போயின... திருமணம் கணவன் குழந்தை என எத்தனை

சந்தோஷம் வந்தாலும் அதை கடந்து நான் முழு முதிர்ச்சி அடைவேன்… என் மகன் என் தோள் உயரம் வளர்ந்து எனக்கு புத்தி சொல்வான்… ஆறுதல் சொல்வான்… எனது கோபம், அவமானம், வெறுப்பு, பயம் எதற்கும் இன்று பெரிய பொருள் ஒன்றுமில்லை… எல்லாவற்றிலும் ஒரு நிதானம் வந்துவிட்டது. எனது ஆசைகள், முயற்சிகள், தோல்விகள், பாராட்டுகள் என அனைத்தும் ஒரு நாள் நிறைவு பெறும் அல்லது நின்றுவிடும்… எனது உடலில் பழைய பலம் இல்லை… எனது மனதில் கூட பெரிய ஆர்ப்பாட்டம் இல்லை… நான் விரும்பினாலும் விரும்பாவிட்டாலும் இறப்பு என்னை அழைக்கிறது… பொக்கிஷம் போலப் பாதுகாத்த உடல் இன்று மண்ணுக்கோ நெருப்புக்கோ இரையாகி விடும்… என் சுற்றத்தார் கதறல் என் காதில் எனக்குக் கேட்டாலும் என்னால் உரையாட முடியாது… நான் இருக்கிறேன் ஆனால் இல்லை… என் உருவம், பேச்சு, சுவாசம், ஆளுமை, இயக்கம், இவ்வுலகில் என்னைப் பற்றிய எண்ணங்கள் என அனைத்தும் இன்று இல்லை… எனது இத்தனை வருட இருப்பு இன்று நிதர்சனமாய் இங்கு இல்லை… நான் என்னும் ஆளுமை இல்லை… நான் இல்லாமலும் ஒரு உலகம்… அது தொடர்ந்து இயங்கும்… என்னைப் பற்றிய பேச்சுகளும் நினைவுகளும் சில நாள் தொடரும்… ஆனால் விரைவில் குறைந்துவிடும் அல்லது மறைந்துவிடும்… எனில் நான் இவ்வளவு நாள் பாடுபட்டு வளர்த்த ஆளுமை எங்கே? என் வாழ்விற்கான போராட்டம் எங்கே? அந்த போராட்டத்தில் நான் பெற்ற வலிகள் எங்கே?

என் மகிழ்ச்சிகாவது ஒரு பொருள் இருந்தது… சரியோ தவறோ… நான் மகிழ்வோடு இருந்த நாட்கள் எனக்கு ஒரு நிறைவைத் தந்தன… ஒரு சிறிய அளவிலான நிறைவேனும் என்னுள் இருந்தது… என்னைச் சுற்றிலும் இருந்தது. நான் சுயநலமில்லாமல் வாழ்ந்த தருணங்களில் என் வாழ்வு அந்த தருணத்தில் நிகழ மட்டுமில்லை… நிறைவும் பெற்றது… நான் சமநிலையில் இருந்தபோது என் மனம் அந்த தருணத்தில் அமைதி உற்றது. என் எண்ணங்களில் தேடல் இல்லை. ஏக்கம் இல்லை. எதிர்பார்ப்பு இல்லை. இந்த தருணமே என் வாழ்வு நிறைவு பெற்றது. எப்போதெல்லாம் நான் மகிழ்ச்சியோடு இருந்தேனோ அப்போது அந்த தருணம் என் வாழ்வு நிறைவாக இருந்தது. அதற்கு முன்பும் பின்பும் என ஒன்றும் இல்லை.

அந்த கணத்தில் நான் நிறைவாக வாழ்ந்தேன். எனில் நான் போராடிய தருணங்கள், துன்பத்தில் உழன்ற தருணங்கள், எனது புலம்பல்கள், எனது கோபமான தருணங்கள் என எத்தனை அவஸ்தைகள்! இவற்றின் பொருள் என்ன? எனது உயிரே மகிழ்வை தான் விரும்புகிறது. அந்த நிறைவைத் தாண்டி எங்கும் போக விரும்பவில்லை. எனில் என்றாவது ஒருநாள் நான் மண்ணோடு மண்ணாகி விடுவேன். நான் சென்ற பிறகு எனது ஆளுமையும் சென்றுவிடும். எனில் நான் பெற்ற வலிகளுக்கு அர்த்தம்? ஆயிரம் ஆண்டுகள் இங்கு வாழ்வேன் என்று போராடினேனா? துடித்தேனா? இந்தக் கேள்விகள் புரிந்துவிட்டால் வாழ்வின் அர்த்தமும் புரிந்துவிடும்… நிறைவு என்பது எங்கு உள்ளது… எதில் உள்ளது என புரிந்துவிடும்… எனில் வாழ்வு இலகுவாகிவிடும்… மற்றவரிடம் போட்டியும் பொறாமையும் குறையும்… உயிரின் நிறைவில் மகிழ்ச்சி ஏற்படும்… இங்கு இழந்து விட ஒன்றுமில்லை என தெரிந்த பிறகு கொடுத்திட மனம் துடிக்கும். உள்ளுக்குள் வறட்சி இல்லை. ஏதோ ஒன்று பொங்கி வழியும்போது அதை கொடுத்திட பகிர்ந்திடவே விரும்புவோம். வாழ்வில் வேறு என்ன செய்வது… செய்ய என்ன இருக்கிறது… தாமாக பிற உயிரின் மேல் கருணைக் கொள்வோம். அது ஒரு நிகழ்வு.

கருணை என்பது ஒரு மழை போல… அதை நாம் உருவாக்கவில்லை… நம் மனம் பண்படும் போது, பக்குவப்படும் போது, கருணையாக இருப்பது என்பது நம்முள் பொங்கிப் பிரவாகம் எடுக்கும்… பிற உயிரையும் தன் உயிர்போல் பார்க்க தோன்றும். இறப்பு என்பதை உணர்ந்தவன் தான் இங்கு ஒன்றும் இல்லை என்பதையும் உணருகிறான். எனில் இருப்பது என்னவென்று தெரியவரும். நம்மால் சேர்த்து வைக்கப்பட்ட அற்ப விஷயங்களை விட்டுவிட்டால் இங்கே நம்முள் இருப்பது பொங்கிப் பிரவாகம் எடுக்கும்… அதன்பிறகு கருணையோடு அதை பகிர்வதைத் தவிர நாம் வேறு என்ன செய்ய முடியும்…

இக்கணம் நமக்கானது

இந்த கணமே வாழ்வு. இந்த கணமே உண்மை. இந்த கணத்தில் வாழ வேண்டும் என்பது போன்ற விஷயங்கள் ஆன்மீக வாழ்வில் எல்லோரும் அறிந்ததே. ஆனால் உண்மையில் எத்தனை பேர் வாழ்வில் அது நடைமுறையில் உள்ளது. ஒரு வார்த்தையின் பொருளை உணர்வது வேறு, அந்த வார்த்தையின் பொருளை வாழ்வில் நடைமுறைப்படுத்துவது வேறு. இந்த கணம் மட்டுமே உண்மை என்ற விஷயமும் அப்படித்தான். இந்த கணமே உண்மை என்பது புரிகிறது. நமது இறந்த காலம் இனி வரப்போவதில்லை. இறந்த காலத்தின் துக்கமும், வலியும் பெரும்பாலானோரை விட்டு விடுவதில்லை. அது வெறுப்பாக, பயமாக, வலியாக மனதில் வேர் விடுகிறது. இதை எழுதும்போது இதை எழுத எனக்குத் தகுதி உள்ளதா என்ற எண்ணம் தோன்றுகிறது. ஏனெனில் இன்று வரை என்னதான் எனக்கு விழிப்புணர்வு, இந்த கணம் பற்றிய அறிவு இருந்தாலும் அதை வாழ்வில் ஓரளவு நான் நடைமுறைப்படுத்தி இருந்தாலும், அதனால் பயன் அடைந்து இருந்தாலும் என் வாழ்வில் நூறு சதவீதம் நான் அவ்வாறு உள்ளேனா என்றால் நிச்சயம் இல்லை.

என் வாழ்வில் நான் சவால்களைச் சந்திக்கும் போது, அவை என்னை வெகுவாக பாதிக்கும் போது, நிச்சயம் இன்றும் நான் சில சமயங்களில் சமநிலையை இழக்கிறேன். எனது பழைய நினைவுகள் மேலே வருகின்றன. நான் விழிப்புணர்வின்றி அவற்றைக் கையாளும் போது அவை உணர்வுடன் பிணைந்து எனது உணர்வு நிலையைப் பாதிக்கின்றன. எனில் அந்த நினைவுகள் கோபம், வெறுப்பு போன்ற எதிர்மறை உணர்வுகள் ஆக இருப்பின் இன்றும் அதே உணர்வு நிலையைப் பெற்றுவிடுகிறேன். இன்றைய சூழ்நிலை கெட்டுவிடுகிறது. ஆழ்மனதில் உள்ள

நினைவுகள்... அவை எப்போது வேண்டுமானாலும் உயிர்த்தெழும். நாம் விழிப்புணர்வு இல்லாமல் இருப்பின் நிச்சயம் அவை மீண்டும் மீண்டும் வரும். புதிய கர்மாவை உருவாக்கும். எனில் இந்த கணம் மட்டுமே உண்மை என்பது எனக்குப் புரிந்து இருப்பினும் அது என் வாழ்வில் முழுமையாக உள்ளதா என்பது கேள்விக்குறியே. அதற்கு இடைவிடாத முயற்சி தேவை. நான் இந்த கணத்தில் வாழும்போது எத்தனை பிரச்சனைகளில் இருந்து விடுபடுகிறேன், வாழ்வினைச் சிறப்பாக வாழ்கிறேன் என்பது பற்றிய தெளிவு வேண்டும். அனுபவம் வேண்டும். அத்தகைய தெளிவும் அனுபவமும் இருந்தால் நாம் மீண்டும் மீண்டும் சென்று பழைய விஷயங்களில், தேவையற்ற கற்பனைகளில் விழ தேவையில்லை.

என்னைப் பொறுத்த வரையில் நமது மொத்த வாழ்வும் இவ்வளவுதான். சிறப்பான முறையில் கையாண்டால் ஒவ்வொரு கணமும் நம் கையில்தான் உள்ளது. இந்த கணத்தைச் சரியான முறையில் கையாண்டால் அடுத்த கணத்தையும் கையாள நமது மனம் தயாராக இருக்கும். ஒரு நல்ல மன நிலையில் இருப்போம்... எனவே இந்த கணம் என்பது நிகழ்காலத்தைப் பற்றியது மட்டுமல்ல. அதை நாம் சரியான முறையில் கையாண்டால் அடுத்த கணத்தை, அதாவது எதிர்காலத்தையும் அது நிர்ணயிக்கும். ஆகையால் இப்போது நிகழ்காலத்தில் விழிப்புணர்வுடன் வாழ்வது எவ்வளவோ அர்த்தமற்ற விவாதங்கள், முன்முடிவுகள், கருத்து வேறுபாடுகள், கசப்பான அனுபவங்களில் இருந்து நம்மை விடுவிக்கும். இந்த கணம் விழிப்புணர்வோடு இருக்கும்போது புதிய பார்வை பிறக்கும். அதாவது சூழ்நிலையை எப்படி மென்மையாக வைத்துக் கொள்வது, ஒரு உரையாடலில் எப்படி பேசினால் அது சரியாக இருக்கும், பிரச்சினைகளைக் குறைக்கும் என்பது போன்ற அணுகுமுறை தெரியும். நமது பார்வையும் அணுகுமுறையும் எப்போதும் நிலையான விஷயமல்ல. அது அந்தந்த காலத்தில் அந்தந்த சூழ்நிலைக்கேற்ப மாற வேண்டும். அதாவது இன்னமும் மெருகேற வேண்டும். வாழ்வென்பது ஒரு கலை. அது நாளுக்கு நாள் மெருகேற வேண்டும். நமது பேச்சு, நடத்தை அனைத்தும் பக்குவப்பட வேண்டும். அதற்கு எல்லாவற்றிலும் நிலையான ஒரு மனநிலை, முடிவுகள்

என்பது சரி அல்ல. அந்தந்த நேரத்திற்கான முடிவுகள் அந்த சூழ்நிலைக்கேற்ப எடுக்கப்படவேண்டும். இந்த கணம் நாம் விழிப்புணர்வுடன் அதை கையாண்டால் நிச்சயம் அது சிறப்பான முறையில் கையாளப்படும். வாழ்வென்பது பெரிய விஷயமாக இருப்பினும் நாம் பெரிய பெரிய விஷயங்களில் ஈடுபட்டாலும் அனைத்தும் இந்த கணம், இந்த கணம் என்றே நகரக் கூடியது. எனவே மிக இயல்பாக இலகுவாக பெரிய விஷயங்களைக் கூட நம்மால் கடந்து செல்ல முடியும். இது ஒரு சிறு உதாரணம். ஆனால் இன்றும் அதை நான் நினைத்து பார்க்கிறேன். நான்கு சக்கர வாகனம் ஓட்டுவதற்கு லைசன்ஸ் வாங்க ஆர்டிஓ ஆபீஸ் இல் காத்திருந்தோம். எனக்கு மிக இளம் வயது தான். 22 வயது இருக்கும். அப்போதுதான் நான் கார் ஓட்டக் கற்றுக் கொண்டிருந்தேன். என்னோடு பங்குபெற்ற ஒரு சிலர் மிகவும் பதட்டத்தில் இருந்தனர். ஆனால் நானோ மிகவும் இயல்பாக இருந்தேன். அப்போது நான் மிகத் தீவிரமான ஆன்மீகத் தேடலில் இருந்தேன். விழிப்புணர்வு, இந்த கணம் தவிர்க்க முடியாது என்பது போன்ற விஷயங்கள் என்னுள் தீவிரமாக இருந்தன. அதனால் எப்போதும் மிகுந்த விழிப்புடன், சமநிலையுடன், பதட்டமே இல்லாமல் ஆனந்தமாக இருப்பேன். எனவே ஆர்டிஓ ஆபீஸ் இல் லைசன்ஸ் எடுக்க காத்திருக்கும் போது சிறிது கூட நான் பயப்படவில்லை. முதல் முறை கார் ஓட்டும் போது நிச்சயம் எல்லோருக்கும் ஒரு பதட்டம் இருக்கும். அதனால் தான் இன்னமும் அந்த விஷயம் எனக்கு ஞாபகத்தில் இருக்கிறது. ஒரே டேக்கில் காரை ஸ்டார்ட் செய்து ஓட்ட ஆரம்பித்தேன். எனக்கு அன்று இருந்த தீவிரம் இன்று உள்ளதா என்று தெரியவில்லை.

வாழ்வின் ஒவ்வொரு தருணமும் இதைப்போலவே விழிப்புணர்வுடன் ஒரே டேக்கில் முடியவேண்டும். புதிதாக கார் ஓட்ட கற்று இருந்தாலும் எப்படி இவ்வாறு பதட்டமே இல்லாமல் இன்ஸ்பெக்டர் முன்பு இருந்தீர்கள் என எல்லோரும் கேட்டார்கள். அப்போது இளம்வயது. வாழ்வைப் பற்றிய பயமே இல்லை. தோல்வி, அவமானம் குறித்த கவலை இல்லை. மற்றவரின் பார்வையில் நான் எப்படி என்ற அக்கறையும் இல்லை. அதனால் இந்த கணம் தவிர்க்க முடியாது, இந்த கணம் தவிர்க்க முடியாது என ஒவ்வொரு கணமும்

விழிப்புணர்வுடன் இருந்தேன். உள்ளுக்குள் ஒரு அரசரைப் போல் வெளி உலக நிர்பந்தங்களுக்குச் செவிசாய்க்காமல், என் வாழ்வை என் புரிதலின்படி தைரியமாக வாழ்ந்தேன். வெளி சூழ்நிலையில் பல விஷயங்களை நான் இழந்துவிட நேரிட்டாலும் அதிகபட்ச சமநிலையில் ஆனந்தமாக இருந்தேன். என்னை பொறுத்தவரையில் இந்த வாழ்வின் மீது எனக்கு மிகுந்த மரியாதை நம்பிக்கை உள்ளது. ஏனென்றால் அது ஒரு மிகப்பெரிய துணிச்சல். எனது உள்தன்மையை மட்டுமே முன்னிலையில் வைத்தேன். பிறவற்றை பொருட்படுத்தவில்லை. அதனால் என்ன பெற்றாலும் சரி, இழந்தாலும் சரி என்னுள் மலர்ந்து இருப்பதே முக்கியம் என கருதினேன். காலங்கள் உருண்டோடின. இன்று அதுபோன்ற தீவிரம் இல்லை எனினும் இறைவன் கருணையானவன். இன்று அனுபவம் என்ற பெயரில் அந்த சமநிலை உள்ளே குடி கொண்டது. வாழ்வெனும் மாற்றத்தில் மனிதன் ஒரு நிலையில் இருந்தது போல மறுநிலையில் இல்லை. ஆனால் அதற்காக அவன் வளரவில்லை என்று அர்த்தமல்ல. தனக்குள் நேர்மை மிக்க மனிதன் ஆன்மீக வாழ்வில் மேலேதான் செல்வாரே தவிர வீழமாட்டார். நேர்மை!! நான் உண்மையில் எப்படி இருக்கிறேன் என்ற நேர்மை… இது மட்டுமே நம்மை உயரச் செய்யும்… இந்த கணம் தவிர்க்க முடியாதது என்ற வாக்கியம் 20 வயதில் ஒரு விதத்தில் புரியும். 30 வயதில் வேறு விதத்தில் புரியும். 40 வயதில் இன்னமும் ஆழமாக புரியும்… வாழ்வு என்பதே ஒரு ஆழமான சமுத்திரம் போலத்தான்… அதில் மூழ்க மூழ்க புதிய புதிய விஷயங்கள் என ஆச்சரியங்கள் காத்திருக்கும்… அவை மேலும் நம்மை பக்குவப்படுத்தும். இத்தனை வருடங்களுக்குப் பிறகு இந்த கணம் தவிர்க்க முடியாது என்ற உண்மை வேறொரு நிலையில் புரிகிறது. அதை ஞாபகப்படுத்திக் கொள்ள தேவையில்லை. இருந்த இடத்தில் ஒரு சூழ்நிலையைக் கட்டுப்பாட்டில் வைக்க முடியும். இது சாத்தியம்தான். இடைவிடாத முயற்சியும், தன்னை மாற்றிக்கொள்ள வேண்டும் என்று நினைக்கும் ஒவ்வொரு உயிரும் வளருமே தவிர வீழ்ந்து போகாது. ஆயிரம் முறை தோற்றாலும் சறுக்கினாலும், நாம் என்ன செய்து கொண்டிருக்கிறோம், இது சரியான பாதை அல்லவே என நினைக்கும் ஒவ்வொரு உயிரும் ஒரு கணத்தில் திரும்பி விட முடியும்… தன்னைத் திருத்திக் கொள்ள

முடியும்.ஏனென்றால் இன்னமும் இன்னமும் நாம் மெருகேற வேண்டி உள்ளது. புதிய ஜன்னல்கள் திறக்க வேண்டியுள்ளது. வாழ்க்கை பக்குவப்பட வேண்டியுள்ளது. எனவே ஆயிரம் முறை விழுந்தாலும் மீண்டும் எழுவோம். ஏனெனில் இந்த கணம் தவிர்க்க முடியாதது.

சுயபரிசோதனை

ஆன்மீக வாழ்வில் சுயபரிசோதனை என்பது இன்றியமையாதது. இது ஒரு தனி வழிப் பயணம். ஒரு தனிநபரின் உள்நிலை பற்றியது. இங்கு இந்த உலகிற்காக நாம் நிரூபிக்க ஒன்றுமில்லை. ஆனால் அதேநேரம் நமக்குள் நாம் எப்படி இருக்கிறோம் என்று பார்த்துக் கொள்வது மிக அவசியம். நமது விருப்பு, வெறுப்புகள் எவ்வளவு ஆழமாக நம்முள் வேரூன்றி உள்ளது என்பதை நாம் உற்று பார்க்க வேண்டும். இது மிகவும் அலாதியான ஒன்று. இவ்வுலகில் நாம் எப்படி இருக்கிறோம் என தெரிந்த ஒரே நபர் நாம் மட்டுமே. நம்மை தவிர நமது குருவிற்கு நாம் யாரென்று தெரியும். நம்மை விடவும் நமது குருவிற்கு நம்மை பற்றி தெரியும். இது முற்றிலும் நம்மை பற்றியது. நமக்குள் நாம் எப்படி இருக்கிறோம் என்பதைப் பற்றியது. இங்கு வேறு ஒருவருக்கும் இடமில்லை. எனவே இங்கு பயப்படவோ, அவமானப்படவோ ஒன்றும் இல்லை. நம்மை நாமே சுய பரிசோதனை செய்து கொள்வது மிகவும் முக்கியமான விஷயம். நமது எண்ணங்கள், விருப்பங்கள், வெறுப்புகள் இவை பற்றிய ஒரு சுயபரிசோதனை எப்பொழுதும் அவசியம். பல நேரம் நம்மை அறியாது நமக்குள் விருப்பங்களும், வெறுப்புகளும் வேரூன்றி விடும். ஒரு பூஜைக்கு வைக்கும் பாத்திரத்தை அன்றாடம் நாம் துலக்கி வைக்கும் பொழுது அது எப்படி பூஜைக்கு உகந்த பொருள் ஆகிறதோ, அதுபோல நமது அகத்தையும் நாம் அன்றாடம் தூய்மைப்படுத்த வேண்டும். அதற்கு வெளி உலகில் ஆன்மீக பயிற்சிகள் நிச்சயம் உதவியாக இருக்கும். அதே நேரம் நம்மை நாமே பார்த்துக் கொள்வது மிக அத்தியாவசியமாகும். நம்மை நாமே தெரிந்து கொள்வது மட்டுமல்ல, நமக்கு நாமே எந்த அளவிற்கு உண்மையுடன் இருக்கின்றோம், நமது விருப்பு வெறுப்புகளை ஒப்புக் கொள்கின்றோம் நமது நிலையைப்

புரிந்து கொள்கின்றோம் என்பது ஆன்மீக வாழ்க்கையில் மிக அத்தியாவசியமாகிறது.

எந்த அளவிற்கு நாம் உண்மையுடன் இதை பார்க்கிறோமோ, அந்த அளவிற்கு ஆன்மீக வாழ்வில் மலர்ச்சி அடைவோம். இந்தக் கணக்கு எப்போதுமே தப்பாது. உலகில் வேறு எது வேண்டுமானாலும் தவறி விடலாம். ஆனால் ஒருவர் உள்நிலையில் எவ்வளவு உண்மையுடன் விளங்குகின்றாரோ, அவ்வளவு தூரம் ஆன்மீக வாழ்வில் மேலே செல்கிறார். இந்த கணக்கு எப்போதும் தப்புவதில்லை. எவ்வளவு ஆச்சரியமான விஷயம் இது. ஒரு மனிதன் தன் ஆன்மீக வளர்ச்சியைத் தெரிந்து கொள்ள இதைவிட ஒரு சிறந்த பார்வை வேறு இல்லை.நான் இன்று எனது தவறினை மறுத்தேனா, நான் இன்று என்னை காப்பாற்றிக்கொள்ள பொய்யுரைத்தேனா, மற்றவரை காயப்படுத்தினேனா, விருப்பு வெறுப்புகளுக்கு அடிமையாகிவிட்டேனா, என் தொழிலில் சமநிலையோடு நடக்கவில்லையா, சோம்பலில் விழுந்தேனா? எத்தனை, எத்தனை விஷயங்கள் உள்ளன. அன்றாடம் நமக்குள்ளே கவனிப்பதற்கு எத்தனையோ விஷயங்கள் உள்ளன. அத்தனையும் நமக்கு தெரிந்தே நடக்கின்றன. அவற்றைச் சற்று உற்று கவனித்தாலே போதும். ஒரு உண்மையான ஆன்மீகவாதி அவற்றை உணர்ந்து கொள்கிறார். தான் எங்கு உள்ளோம் என்பதைத் தெரிந்து கொள்கிறார். எனில் தன்னைத் தானே திருத்திக் கொள்வது ஒன்றே ஒரே வழி என்பதையும் உணருகிறார். நாம் நம்மிடம் ஏதோ சரியில்லை என உணரும் போது நம்மை மாற்றிக் கொள்ள வேண்டும். அல்லது நமது செயல்களை நாம் சரியான முறையில் தான் செய்கிறோம் என்பது புரியும் போது அமைதியாக இருக்கின்றோம். இங்கு நாம் உள் தன்மையில் எப்படி இருக்கிறோம் என்பதைத் தெரிந்து கொள்வது நாம் மட்டுமே. நமது தர்மத்தை நாமே நிர்ணயிக்கிறோம். நாமே நமக்குத் தீர்வு சொல்கிறோம். இந்த வழக்காடு மன்றத்தில் வழக்கு தொடுப்பவர், வழக்காடுபவர், தீர்ப்பு சொல்பவர் அனைவரும் நாமே. இந்த வழக்கில் எந்த அளவிற்கு நாம் உண்மையுடன் செயல்படுகின்றோமோ அந்த அளவிற்கு நமது வளர்ச்சியை நாமே நிர்ணயிக்கிறோம். உண்மையிலிருந்து தவறும் பொழுது

நம்மை நாமே ஏமாற்றி கொள்கிறோம். இதனால் மற்றவர்க்கு எந்த பாதிப்பும் இல்லை.

ஒருவர் உள்நிலையில் எப்படி இருக்கிறார் என்பதை மிகவும் உணர்வுபூர்வமாக பார்க்க வேண்டும். நம் அன்றாட வாழ்வில் நாம் எவ்வளவோ சூழ்நிலைகளைப் பார்க்கிறோம். அப்போது நம்முள் எவ்வளவோ மாற்றங்கள், பாதிப்புகள் ஏற்படுகின்றன. அவற்றை நாம் எவ்வாறு கையாளுகிறோம் என்பதே வாழ்க்கை. என் வாழ்வில் சிறிய விஷயங்களிலிருந்து பெரிய விஷயம் வரை ஒவ்வொன்றும் ஒரு அனுபவமே. சில நேரம் சிறிய விஷயங்களில் கூட நாம் எப்படி பிரச்சனைகளைத் திசை திருப்பிவிடுகிறோம், ஒப்புக்கொள்வதில்லை என்பதெல்லாம் பார்ப்பதற்குச் சிறிய விஷயமாக தெரிந்தாலும், அவையே ஒரு மனிதனின் ஆன்மீக வாழ்வின் வளர்ச்சியை நிர்ணயிக்கின்றன. தன்னைத் தற்காத்துக்கொள்ள எந்த முயற்சியும் இன்றி, வெளிப்படையாகவும், உண்மையாகவும் இருப்பதே மிகுந்த துணிச்சலான செயலாகும். சில நேரங்களில் அற்ப விஷயங்களுக்காக உண்மைக்குப் புறம்பாக நடப்போம். அவை ஒன்றுமே அற்ற விஷயங்களாக இருக்கும். துணிந்து நேர்மையாகவும், சுயநலம் இல்லாமலும் நாம் செயல்படும் பொழுது நம்முள் ஒரு சக்தி கிடைக்கிறது. மனம் சாந்தமடையும். ஒரு சுதந்திரம் கிடைக்கிறது அது ஒரு வரப்பிரசாதம். அதன் ஆனந்தத்தையும் அருமையையும் உணராதவரை நமது தர்மத்தை நாம் உணர்ந்து கொள்வது கடினமாகும்.

அறியாமை என்பது ஒரு விஷயத்தைப் பற்றிய அறிவு இல்லாமல் இருப்பது மட்டுமல்ல. அறியாமை என்பது நாம் எந்த நிலையில் இருக்கிறோம் என்ற விழிப்புணர்வு கூட இல்லாமல் வாழ்வதுமாகும். நமக்கு நாமே சரியான பாதையில் தான் நாம் போய்க் கொண்டிருக்கிறோம் என நினைப்பது அறியாமையின் உச்சம். அதற்குத் தான் சுய பரிசோதனை என்பது மிகவும் அவசியம். நாம் நம்மை சோதித்துப் பார்க்க வேண்டும். ஒரு விஷயம் சிறியதாக உள்ள போதே அதை திருத்திக் கொள்ளவேண்டும். எப்போதுமே பிரச்சனைகளோடு விழிப்புணர்வற்ற நிலையில் பலகாலம் இருந்துவிட்டால், பிறகு நம்மை நாமே சரி செய்து கொள்வது நமக்கு பெரிய சவாலாக இருக்கும். மிகவும் கடினமாகவும், வலி மிகுந்ததாகவும்

இருக்கும். அதற்குத் தான் நாம் தொடர்ந்து நம் உள் நிலையைப் பற்றிய கவனத்தில் இருக்க வேண்டும். ஆன்மீக வாழ்க்கையில் அடியெடுத்து வைத்த அந்த ஆரம்ப நாட்களில் சுயபரிசோதனை என்பது என்னுள் மிகவும் தீவிரமாக இருந்தது. அதாவது நமக்குள் நாம் ஒரு நிலையை, ஒரு சமநிலையை பெறும்வரை அந்த ஆன்ம விசாரம் என்பது இருந்து கொண்டே இருக்கும். அந்த நாட்களில் வேறு எந்த வேலையையும் விட எனக்குள் நான் எப்படி இருக்கிறேன் என்று பார்ப்பது மட்டுமே மிகவும் இன்றியமையாத ஒன்றாக இருந்தது. உள் நிலையைச் சமநிலையோடும், தூய்மையாகவும் வைத்துக் கொள்வது என்பது மிகவும் இன்றியமையாத ஒன்றாகும். எந்த விஷயத்திற்காகவும் நமது உள் தன்மையை விட்டுக் கொடுத்து வாழ்வது என்பது ஏற்றுக்கொள்ள முடியாத விஷயம். பல நேரங்களில் சூழ்நிலை என்பது நமக்குச் சவாலாக இருக்கும். அந்த நேரத்தில் நம்மை மறந்து நாம் வெளி உலகத்தில் பிழைப்புக்காக நமது இயல்பு நிலையிலிருந்து மாற வேண்டியுள்ளது. யார் ஒருவர் எந்த சூழ்நிலையிலும் சமநிலை மாறாத விழிப்புணர்வோடு தங்களுடைய சூழ்நிலையைக் கையாளுகின்றாரோ, அவரே சரியான பாதையில் செல்கிறார்.

வாழ்க்கையின் போக்கில் நிறைய விஷயங்களைக் கையாளும் பொழுது நாம் எப்படி பேசுகிறோம், நடந்து கொள்கின்றோம் என்பது பல நேரங்களில் நம்முடைய அறிவிற்குத் தெரிவதில்லை. எனவே ஒரு நாளில் ஒரு முறை ஏதாவது ஒரு நேரத்தில், இரவு தூங்கப்போகும் முன்பு, இன்றைய நாள் எப்படி சென்றது, நாம் எப்படி நடந்து கொண்டோம் என்பதை நாம் ஒருமுறை திரும்பிப் பார்க்கும் பொழுது நிச்சயம் அதில் பல மாற்றங்கள் நாம் செய்ய வேண்டியிருக்கும். ஆரம்ப நாட்களில் இது எப்பொழுதும் எனது வாடிக்கையாக இருந்தது. என்னால் மனதளவிலேயே அவ்வாறு என்னை நானே திரும்பி பார்க்க முடியாத சமயங்களில் நான் பலமுறை ஒரு நோட்டு புத்தகத்தில் ஒரு குறிப்பாக அதனை எழுதிக் கொள்வேன். அந்த நாட்களில் நான் தேர்வில் வெற்றியடைந்து இருக்க மாட்டேன். அதை நான்கு பேர் முன்பு கூற வேண்டிய ஒரு கட்டாயத்தில் இருப்பேன். அது எனக்கு சிறிது அவமானமாக கூட இருக்கலாம். இருப்பினும்

உண்மையை உள்ளவாறு மற்றவரிடம் கூறுவேன். அவ்வாறு உண்மையோடு இருந்த பொழுது ஒரு சுமையற்ற நிலையை, சுதந்திர உணர்வை பெறுவேன். இறைதன்மையோடு நான் நெருக்கமாக இருப்பதைப் போல் உணர்வேன். சில நேரங்களில் இது போல நடந்து கொள்வது நம்மை மற்றவரிடம் இருந்தும் இந்த சமூகத்திடம் இருந்தும் ஒரு தனி நபராக வித்தியாசமானவராக, யாருடனும் ஒத்துப்போகாத நிலையில் இருப்பவராக காட்டும். காலப்போக்கில் சமூகத்திற்கு ஏற்றார்போல என்னை மாற்றிக்கொண்டேன். இந்த சமூகத்தின் பார்வையில் உறுத்தாதவாறு எனது தர்மத்தை எப்படி கையாள வேண்டும் என்றும் தெரிந்து கொண்டேன்.

ஒவ்வொரு கணமும் நம்மை உற்று நோக்கி மாற்றிக் கொள்ள ஒருவாய்ப்பு உள்ளது. ஒரு சிறிய செயலில் கூட உதாரணத்திற்கு சிறிய உரையாடலில் கூட நாம் கூறுவது தான் சரி என தேவையில்லாமல் வாதிடுவது, நமது நற்பண்புகள் மற்றவர்க்குத் தெரிய வேண்டும் என்ற தோரணையில் பேசுவது, நாமே மிகச் சிறப்பானவர் என்ற மனநிலையோடு இருப்பது என எவ்வளவோ விஷயங்கள் உள்ளன. எனது அனுபவத்தில் பார்க்க பார்க்க எவ்வளவோ தேவையற்ற விஷயங்கள் இருப்பதைப் பார்க்கிறேன். அவற்றை நான் சரிசெய்து கொள்ளும் பொழுது மிகுந்த மகிழ்வையும், சுமையற்ற உணர்வையும் பெறுவேன்.

படைப்பு எனும் பிரம்மாண்டம்

ஒருவருக்கு இறைவனைப் பற்றிய எண்ணம் தோன்றுவதற்கு இப்படைப்பே போதுமான காரணமாக இருக்கிறது. இந்தப் படைப்பு ஒரு பிரம்மாண்டம். உலகின் மிகப்பெரிய பரப்பளவே ஒர் அதிசயம்தான். ஆனால் அது பிரபஞ்சத்தின் ஒரு சிறிய பகுதி எனும்போது இப்பிரபஞ்சத்தின் மிகப்பெரிய வெளிப்பாடு ஒரு அதிசயம்தான். இவற்றின் இயக்கம் ஒரு பேரதிசயம். இவையெல்லாம் ஏதோ தான்தோன்றித்தனமாக நிகழவில்லை. நிகழ்வதும் இல்லை. இவை அனைத்திலுமே ஒரு சீரான நிலை இருக்கிறது. இயக்கம் இருக்கிறது. தொடர்பு இருக்கிறது. ஒழுங்கு இருக்கிறது. எனில் இவை இப்படி இருக்க காரணம்... ஆதாரம்

என்ன? எல்லாவற்றையும் ஒருங்கிணைப்பது... எல்லாவற்றிலும் உள்ள ஆதாரமான ஒரு சக்தி எது? அதை நாம் கட்டாயம் கடவுள் என்றுதான் அழைக்க வேண்டும் என்ற அவசியமில்லை. ஆனால் நிச்சயம் ஏதோ ஒன்று அனைத்திற்கும் காரணமாக உள்ளது. அனைத்தையும் இயக்குகிறது எனில் நாம் விரும்பினாலும் விரும்பாவிட்டாலும் நாமும் அதன் கீழேதான் தோன்றினோம். வாழ்கிறோம். மடிகிறோம்.

ஒரு மனிதனின் தன்முனைப்பு பெரியது. அவன் தனக்குத் தெரிந்த விஷயங்கள்தான் உண்மை. தனக்குத் தெரியாத விஷயங்கள் உண்மை அல்ல என்று சொல்வது முட்டாள்தனம். தனக்குத் தெரியாத விஷயங்களை தெரியவில்லை என்றுதான் கூற வேண்டுமே தவிர உண்மை அல்ல என்று கூறக்கூடாது. இது இன்றைய அறிவியலின் குறைபாடும் கூட. இப்பிரபஞ்சமே நம்மை தாண்டிய ஒரு அற்புதமான உயர்ந்த சக்தி உள்ளது என்பதை உணர்த்துகிறது. இவ்வுலகின் ஒவ்வொரு அம்சமும் அதைப் பறைசாற்றுகிறது. வானை எப்பொழுதும் பார்ப்பதுபோல் பார்க்காமல் சற்று நிதானித்து பார்த்தால் அதுவே அண்டவெளி என்பது புரியும். இன்னமும் சற்று தொலைவில் அங்குதான் எல்லாவித கோள்களும் இருக்கின்றன, நட்சத்திரங்கள் மற்றும் பிற எவ்வளவோ விஷயங்கள் தாமே நடைபெற்றுக்கொண்டிருக்கின்றன என்பது புரியும். சற்று குனிந்து பூமியைப் பார்த்தால் மலைகளும், கடலும், காடுகள், எரிமலைகள், சமவெளிகள் என பூமியானது எத்தனை வகையாக தன்னை அலங்கரித்துக்கொண்டு உள்ளது என்பது தெரியும். அடுக்கடுக்காய் நீண்ட தொடர்ச்சியாய் உள்ள மலைகள், எத்தனை விதமான தாவரங்கள், மரங்கள், செடிகொடிகளைத் தன்னகத்தே பெற்றுள்ளது.எத்தனை விதமான மரங்கள், எவ்வளவு வகையான பறவைகள், விலங்குகள், ஊர்வன முதற்கொண்டு மிகப் பெரிய விலங்குகள் வரை அத்தனைக்கும் அந்த மலையே அடைக்கலம். ஒவ்வொரு உயிரும் தனக்கான வாழ்வாதாரத்தை அங்கு பெறுகின்றன. ஒவ்வொரு உயிருக்கும் ஆன வாழ்க்கை சுழற்சி என்பது அங்கு இயல்பாக நடைபெறுகிறது. ஒரு உயிர் இயற்கையின் விதிப்படி மற்றொரு உயிருக்கு உணவாகிறது. இது மிக சர்வ சாதாரணமாக அங்கு நடைபெறுகின்றது.

ஆனால் எந்த உயிருக்கும் அது சாதகமாகவோ பாதகமாகவோ இருப்பதில்லை. அங்கு ஒரு சமநிலை என்பது இயல்பாகவே உள்ளது. இதுவே ஒரு அற்புதம் தான். அதிசயம் தான்.

அடுத்து கடலினை எடுத்துக்கொள்வோம். எவ்வளவு பெரிய பிரம்மாண்டம். கடலே ஒரு பிரம்மாண்டம் தான். அதை விளக்கிக் கூறி நிரூபிக்க தேவை இல்லை. இந்த அமைப்பானது இயற்கையில் எங்ஙனம் உண்டானது? ஒருபுறம் நீர்நிலை... ஒரு புறம் நிலப்பரப்பு... இரண்டும் ஒன்றையொன்று சமன் செய்து கொண்டு அங்கு பல்லாயிரக்கணக்கான உயிர்களை வாழ வைக்கின்றன. கடலானது ஆழமும் அமைதியும் கொண்டு நம்மை மிரள வைக்கிறது. ஆயிரக்கணக்கான உயிர்களுக்கு வாழ்வாதாரமாக உள்ளது. அலையாய் ஓயாது கரையில் ஆர்ப்பரிக்கிறது. சினம் கொண்டால் பொங்கி எழுகிறது. இவை மட்டுமல்ல... இவற்றின் பரப்பளவு எத்தனை பெரியது. என்ன ஒரு பிரம்மாண்டம்... இறைவன் இருக்கிறான்! நிச்சயமாக! ஏதோ ஒரு சக்தி இல்லாமல் இவை அனைத்தும் எப்படி சாத்தியம்? இவை அனைத்தும் ஒரு சமநிலையில், இயக்கத்தில் எப்படி சாத்தியம்? அடுத்து உயிர்களைப் பார்க்கலாம்... எத்தனை விதமான உயிர்கள்... கண்ணுக்குத் தெரியாத ஒரு செல் உயிரிலிருந்து மிகப்பெரிய திமிங்கலம் வரை... எத்தனை விதமான உயிர்கள்... அவற்றின் உடலமைப்பு, வாழ்க்கை நடைபெறும் விதம்... ஒவ்வொரு உயிருக்கும் ஒரு விதமான உடல் அமைப்பு... அவற்றின் வாழ்வியலைப் பொருத்து அவை வேறுபடுகின்றன... ஒவ்வொரு உயிரும் தன் வாழ்வை நடத்த எப்படி அறிந்து கொண்டன? உடலமைப்பைக் கொண்டன? தட்பவெப்ப நிலையில் இருந்து தங்களைக் காத்துக் கொண்டன? உண்பது, செரிமானம், கழிவு மண்டலம், இனப்பெருக்கம், சுவாசம், சிந்தித்தல், உணர்தல் என ஒரு உயிரின் உடலும் மனமும் உணர்வுகளுமே ஒரு அற்புதம்தான். அதை விவரித்து கூறினால் இப்புத்தகம் கொள்ளாது.

எல்லாவற்றிற்கும் மேலாக இவை அனைத்தும் சேர்ந்து இயற்கையின் மடியில் நாம் பெறும் வாழ்க்கை... நேற்று மாலை வானில் மேகக் கூட்டத்தைக் கண்டேன். அதன் கரையிலே தங்க நிறத்தில் சூரியனின் ஒளிக்கதிர்கள் மேகத்தின் ஓரத்தை அலங்கரித்திருந்தன... சூரியன் மேகத்தின்

பின்னே ஒளிந்திருந்தான். சடாரென ஒரு பறவை கூட்டம் வெண்ணிறத்தில் ஒரே திசையில் பறந்தன. மாலை வேளையில் அதை பார்க்க பத்து கண்கள் வேண்டும். எப்படி எல்லா பறவைகளும் சொல்லி வைத்தது போல் ஒன்றாக பறக்கின்றன என்று நான் அடிக்கடி நினைப்பதுண்டு. அவை சொல்லி வைத்து தான் பறக்கின்றன. நமக்குதான் புரிவதில்லை. அதிகாலையில் இருசக்கர வாகனத்தில் செல்லும் போது மிக இதமான குளிர் காற்றும், தட்பவெப்ப நிலையும் வேறு எதையும் சிந்திக்காதே... இதை மட்டும் அனுபவி என்று எனக்கு இயற்கை கூறுவது போல் தோன்றும். மழலை மொழியும் சிரிப்பும் கள்ளங்கபடமற்ற தன்மையும் இந்த சின்னஞ்சிறு உயிருக்கு நம்மை இவ்வளவு சந்தோஷம் அடைய வைக்கும் திறன் இருக்கிறதா என்று ஆச்சரியப்பட வைக்கும். குழந்தைகள் நம் வாழ்வில் வரும்போது தான் நமக்கு ஒரு குழந்தை இவ்வளவு சந்தோஷத்தை வாழ்வில் கொடுக்குமா என்று ஆச்சரியப்பட வைக்கும். ஒரு குழந்தை மழலை மொழியில் பேசுவது, தத்தி தத்தி நடப்பது, கள்ளங்கபடம் இல்லாமல் கேள்வி கேட்பது என எல்லாமே அழகுதான். அவர்களின் சிறிய சிறிய செயல்களில் அவ்வளவு மகிழ்ச்சியும் அழகும் இருக்கும். ஒரு குழந்தை என்ன செய்தாலும் அழகுதான். வார்த்தைகளால் வர்ணிக்க இயலாத அழகு... மகிழ்ச்சி... மனித இனத்தில் மட்டுமல்ல... குழந்தைப் பருவத்தில் உள்ள எல்லா உயிரும் அவ்வளவு அழகும், ஆனந்தத்தையும் கொடுப்பவை. படைப்பின் இந்த விஷயங்களுக்கு அர்த்தம் என்ன? எந்த எதிர்பார்ப்புமின்றி இயற்கையானது தனது அற்புதக் காட்சிகளையும் நிகழ்வுகளையும் நிகழ்த்திக் கொண்டே போகின்றது. வெவ்வேறு இடங்களில் வெவ்வேறு காலங்களில் என எத்தனை அம்சங்கள்... மாலையில் பெரிய மரங்களில் கேட்கும் பறவைகளின் குரல்கள்... ஒரு மலரின் மென்மை... நறுமணம்... நிறங்கள்... ஒரு மலரின் இதழ்களில் எத்தனை விதமான அமைப்புகள்! மலர்கள் வெளி உலகை மேலும் வசந்தம் ஆக்குகின்றன... பாறைகளைக் கடந்து தாவிச்செல்லும் நதியின் சலசலப்பு! மண்ணின் வாசனை! மழை நேரத்தில் நம்மை கிறங்கச் செய்யும் மண்ணின் வாசனை! பிறந்த உடனேயே தாயின் மார்பு முலையைக் கவ்விடும் குழந்தையின் அவசரம்... அது கன்று குட்டியோ, நாய் குட்டியோ, புலிக்குட்டியோ... என்ன

ஒரு அழகு! பூமியே ஒரு அழகும் அறிவும் சேர்ந்த அற்புதம்... இங்கே எல்லாமே அற்புதம்தான்...

எனில் ஒரு உண்மையான பார்வை கொண்டவருக்கு இதெல்லாம் எப்படி சாத்தியம். யார் காரணம் அவரின் மகத்துவம் என்ன என்ற கேள்வி வருவது இயல்பானதே... எப்போதும் இந்த இயற்கை என்னை ஆச்சரியப்பட வைக்கிறது. இறைவனைப் பற்றி எண்ணத் தூண்டுகிறது. அவரை தெரிந்து கொள்வதே நிறைவு, அது என் அடிப்படை தேடல் என புரிய வைக்கிறது. எவ்வளவோ முறை புத்தகம் படித்துக் கொண்டிருக்கும் போது அந்த புத்தகத்தின் மீது ஒரு மிக மிகச் சிறிய உயிர் ஊர்ந்து செல்வதைக் கண்டிருக்கிறேன். நம்பமுடியாத அளவிற்கு மிகச்சிறிய உயிர். அதற்கு ஓர் இயக்கம், அதற்கென்று ஒரு உடல் உள்ளது. அந்த உடலில் செயல்களின் இயக்கம் நடைபெறுகின்றன. அதன் உணவுக்கான தேவை இருக்கிறது. வாழ்வு இருக்கிறது. தன்னை விருத்தி செய்கிறது. இதுவே படைப்பின் அற்புதம். இதைக் கண்ட உடன் நான் படிப்பதையே நிறுத்தி விடுவேன். எனது சிந்தனை ஆன்மீகத்தை நோக்கி திரும்பி விடும். எவ்வளவோ ஆழமான எண்ணங்கள் வந்துபோகும். சிறிது நேரத்திற்கு வேறு எதுவுமே சிந்திக்க முடியாது. வேறு செயல்கள் செய்யவும் முடியாது. இது போலத்தான் வேறொரு அனுபவம். மாலை வேளையில் தோட்டத்தில் நின்று இருந்த போது ஒரு இலை காய்ந்து போய் நிறம் மாறி கீழே விழுந்தது. அதன் வடிவம் அவ்வளவு அம்சமாக இருந்தது. அதில் சிறிய அளவில் ஒரு சிதைவு தென்பட்டது. மற்றபடி அதன் பச்சை நிறம் அப்படியே பழுப்பு நிறமாக மாறி அது தன் வாழ்வை முடித்து விட்டு உதிர்ந்து கீழே விழுந்திருந்தது. அதைக் கண்டவுடனே என்னுள் எவ்வளவோ எண்ணங்கள் தோன்றின. ஒரு சிறிய இலைக்குக் கூட இப்பிரபஞ்சத்தில் ஒரிடம், வாழ்வு, வடிவம், நிறம் என அனைத்தும் உள்ளது. இப்பிரபஞ்சத்தின் ஒவ்வொரு விஷயமும் அதனதன் வழியில் பிரபஞ்சத்தோடு ஓர் இணக்கத்தில் உள்ளன. அவற்றின் வாழ்வும் நிலையும் நம்மைப்போலவே உயிர்ப்பும் உண்மையும் கொண்டவை. இவற்றையெல்லாம் காணும்போது இந்த படைப்பே அனைத்திலும் பெரியது, அதன் முன் நாம் வெறும் சிறு அம்சங்கள் தான், நமக்கென்று ஒரு எந்த

பெருமையும் இல்லை. அதே நேரத்தில் நாம் அதன் பகுதியே என உணரும் போது ஒருவித பக்தி ஏற்படுகிறது. படைப்பினை வணங்கத் தோன்றுகிறது. ஒரு பணிவு வருகிறது. இறைவனை வணங்கி அடிபணிந்து சரணடைவதே உத்தமமான செயல் என்ற எண்ணம் ஆழமாக வேரூன்றுகிறது.

வாழ்க்கை

ஒரு உயிர்க்குக் கிடைத்த அதிகபட்ச வாய்ப்பு இந்த வாழ்க்கை. வாழ்வில் என்ன சாதித்தோம் என்பதே அனைவரது கேள்வியாக உள்ளது. வாழ்வில் என்ன சாதித்தோம், எவ்வளவு படித்துள்ளோம், எவ்வளவு பொருள் சம்பாதித்தோம், எவ்வளவு புகழ் பெற்றோம் என எவ்வளவோ எதிர்பார்ப்புகள் உள்ளன. தண்ணீருக்குள் இருக்கும் மீனுக்குத் தண்ணீரின் மகத்துவம் தெரியாது என்பதை போல நாம் இந்த வாழ்வுக்குள் இருக்கும்போது வாழ்வு என்பதே ஒரு பெரிய வாய்ப்பு தான் என்பது புரிவதில்லை. வாழ்வில் ஈடுபடும் போது எவ்வளவோ அனுபவங்கள் வருகின்றன. இனிமையான தருணங்கள், போராட்டங்கள் அனைத்தும் இணைந்ததே வாழ்வு. எனில் அதற்குள் மூழ்கி விடும் போது நாம் என்ன பெற்றோம், இன்னமும் என்ன வேண்டும் என உலக விஷயங்கள் அனைத்திலும் மனம் சென்று விடுகிறது. அன்றாடம் அது பற்றிய எண்ணங்கள், விவாதங்கள், திட்டங்கள் நல்லதுதான். வாழ்வில் ஈடுபாடு என்பது சிறப்பான ஒன்று. ஆனால் அதில் ஈடுபடும் போது நம்மை அறியாமல் அதில் மூழ்கி விடுகிறோம். அதாவது நமது இருப்பை அதில் தொலைத்து விடுகிறோம். நமது சுயத்தை இழந்து மகிழ்ச்சியைத் தேடுவது புத்திசாலித்தனமான விஷயம் அல்ல.

நம் வாழ்வில் படிப்பு, பொருளாதாரம், வேலை, குடும்பம் என எல்லா விஷயங்களிலும் நமக்கு எதிர்பார்ப்புகள் உள்ளன. அது நிகழாத போது கவலை வருகிறது. அந்த கவலை எந்த அளவிற்குச் சென்று விடுகிறது எனில் அது நம்மை ஒரு இடத்தில் அமைதியாக அமர விடுவதில்லை. துன்பம் என்பது சிலரது வாழ்வில் ஈட்டிபோல் நெஞ்சை பிளக்கிறது. எவ்வளவோ பேர் வாழ்வின் துன்பத்தினால் நோய்வாய்ப்படுகின்றனர்.

தற்கொலை செய்து கொள்கின்றனர். மனநிலை பாதிக்கப் படுகின்றனர். அவர்களுக்கு வாழ்வில் அவர்கள் நினைத்தது நடக்கவில்லை. அதனால் மனதில் அமைதி இல்லை. ஆனால் இந்த வாழ்வு என்பதே ஒரு மிகப்பெரிய வாய்ப்பு தான் என்பதை நாம் மறந்து விட்டோம். இவ்வாழ்வில் இன்னமும் நமக்கு இறப்பின் தேதி நம் அறிவிற்கு புரியும்படி குறிக்கப்படவில்லை. நாம் ஒரு மனிதனாக முழு சுதந்திரத்தில் இருக்கிறோம். இந்த கட்டுப்பாடுகள் அனைத்தும் நாமாக உருவாக்கிக் கொண்டது. அவற்றை நீக்கி விடுவது இன்னமும் நம் கைகளில் உள்ளது. நம்மை யாரும் தடுக்க முடியாது. இந்த பிரபஞ்சத்தில் நமக்கென்று இறைவன் ஒரு உடலைக் கொடுத்தான். உயிரைக் கொடுத்தான். காலத்தை கொடுத்தான். அறிவைக் கொடுத்தான். அனுபவிக்க உணர்வுகளைக் கொடுத்தான். இடத்தைக் கொடுத்தான். ஆனந்திக்க இந்த மொத்த உலகையும் கொடுத்தான். சூரியன், சந்திரன், வானம், கானகம், பறவைகள், நதி, கடல், மலை, சமவெளி, காற்று, நீர், உணவு கொடுக்க தாவரங்கள், மரங்கள், நம்மோடு சேர்ந்து பயணிக்க மனிதர்கள்... எவ்வளவோ உயிரினங்கள்... இந்த மொத்த பிரபஞ்சமும் நமக்கான ஒரு வாய்ப்பு. நம் வாழ்வை மலர வைக்க ஒரு வாய்ப்பு. நம் பொறுப்பில் அவன் வைத்தது பசி மற்றும் நமது உணர்வுகள் தான். இந்த பசி மற்றும் நமது உணர்வுகளை நிறைவுற செய்வது மட்டும் தான் நமது பொறுப்பு. எனில் இத்தனை செளகரியங்களையும் வைத்து இதை நாம் கண்ணியமாகக் கடந்து செல்ல முடியும்.

அடிப்படையில் ஒரு மனிதன் தன்னைத் தானே உலக விஷயங்களில் நிறைவு செய்து கொள்வதற்கு மிகச்சிறிய தேவைகளே உள்ளன. ஒரு மனிதனால் மிக சுலபமாக செய்து கொள்ள முடியும். ஆனால் இந்த சமூக கட்டமைப்பு, அதில் மனிதனது எதிர்பார்ப்புகள், ஒரு சமூகமாக வாழும் போது ஒரு மனிதன் தனது வாழ்வை சக மனிதர்களுடன் ஒப்பிட்டுப் பார்க்கும் நிலைமை, அந்த ஒப்பீட்டில் வரும் பயம் இவையெல்லாம் வாழ்வை ஒரு பந்தயமாக மாற்றி விடுகிறது. அந்த பந்தயத்தில் யார் ஜெயிப்பது என்ற உந்துதல், போட்டி, பொறாமை, பயம். எங்கு தோற்று விடுவோமோ என்ற பயத்தில் வரும் பதட்டம், தாழ்வு மனப்பான்மை, மனச்சோர்வு இவை ஏற்படுகின்றன. உண்மையில் நாம் தேடிப் போகும் விஷயங்கள்

அனைத்தும் நமக்குத் தேவைப்படுகின்றனவா என்பதே சந்தேகம் தான். நம்மை தனிமையில் அமர்த்தி போதுமான நேரமும், சூழலும் கொடுத்து, உண்மையில் நாம் எதன் பின்னே ஓடிக் கொண்டிருக்கிறோம் என்பதைப் புரிய வைத்தால் நிறைய பேர் அது தனக்குத் தேவையில்லை என்பதைப் புரிந்து கொள்வர். எனவே வாழ்வெனும் பயணத்தை நாம் பற்றற்று கடக்க வேண்டுமே தவிர அதில் சிக்கிக் கொண்டு நம்மையே தொலைக்க தேவையில்லை. அதற்காக வாழ்வில் ஈடுபாடு இல்லாமல் வாழவேண்டும் எனக் கூறவில்லை. பற்றற்று வாழ்வதற்கும், பட்டும்படாமல் வாழ்வதற்கும் வித்தியாசம் உள்ளது. நிச்சயம் வாழ்வில் ஈடுபாடு வேண்டும். எல்லாவற்றிலும் ஈடுபாடு வேண்டும். அதே நேரத்தில் ஒன்று நிகழ்ந்தால் தான் என்னால் சந்தோஷமாக இருக்க முடியும் என்ற கட்டாயம் இருக்க தேவை இல்லை. நமது ஆனந்தத்தினை நம்மை நாமே நிர்ணயிக்க வேண்டுமே தவிர நம்மை சுற்றி விஷயங்கள் அல்ல. அந்த வித்தியாசத்தைப் புரிந்து கொண்டால் வாழ்வில் பற்று இல்லாமல் அதே நேரம் ஈடுபாட்டுடன் இருப்பது எப்படி என புரிந்து விடும்.

இந்த வாழ்வே அனைத்திற்கும் ஆதாரம். நமது அனைத்து விஷயங்களும் நிர்ணயிக்கப்படுவது. இங்கு மட்டுமே. நமக்கு எவ்வளவு விருப்பங்கள், கற்பனைகள், திட்டங்கள், கனவுகள் இருக்கலாம். ஆனால் அனைத்தும் சாத்தியப்படுவது இந்த வாழ்வில் தான். இங்கு தான் நாம் எதையும் சாத்தியப்படுத்த முடியும். அதன் மகத்துவம் புரியவில்லை எனில் நமது அனைத்தும் வீணே. வாழ்வென்பது இப்போது நம் கைகளில் உள்ளது. இங்கு உள்ளது. இக்கணம் எனக்கானது. இறைவன் இப்பிரபஞ்சத்தில் எனக்கென்று ஓர் உயிர், உடல், அறிவு, உணர்வு அனைத்தையும் கொடுத்து இது உனக்கு தான். முழுமையாக உனக்கு தான். இதைக் கொண்டாடு என்கிறார். ஆனால் நமக்கு அதன் மகத்துவம் புரிவதில்லை. இங்கு என்னால் அற்புதங்கள் செய்ய முடியும். அற்புதங்கள் என்றால் என்னவென்று கேட்கிறீர்களா? என்னால் தனிமையில் நான் இருக்கும்போது, விழிப்புணர்வோடு என் இருப்பை உணர முடியும். அதுவே அதிகபட்ச சரியான செயல். இக்கணம் என் முன் நின்று கொண்டிருப்பவர் உடன் சற்றே நிதானித்து

இனிமையாக உரையாட முடியும். சற்று விழிப்புணர்வு தேவை. அவ்வளவுதான். நான் இப்போது பயணம் செய்து கொண்டிருந்த அவ்வழியில் அந்த பறவைகள் பறந்து செல்வதைக் கண்டு சிலாகிக்க முடியும். ஒரு கணம் இந்த இயற்கையோடு என்னை இணைத்திட முடியும். என் குழந்தையோடு விளையாட முடியும். என் புன்னகையை, மரியாதையை ஒருவருக்குச் செலுத்த முடியும். ஒருவரைப் புகழ்ந்து மகிழ்விக்க முடியும். இப்படி எவ்வளவோ உள்ளன. இவ்வாறு வாழ்வு என்பதே வாய்ப்புகள்தான். ஒவ்வொரு தருணமும் ஒரு வாய்ப்பாக இவ்வாழ்வில் விரிந்து நிற்கின்றது. இது யாருக்கு மட்டும் கிடைக்கும்? இது இறைவனின் கருணையினால் அனைவருக்கும் கிடைக்கும். அவன் என்னை ஏழையாக படைத்திருக்கலாம். மாற்றுத்திறனாளியாக படைத்திருக்கலாம். நோயாளியாக கூட இருக்கலாம். ஆனால் எனக்கு அறிவு, உணர்வு இவற்றைக் கொடுத்து காலத்தைக் கொடுத்து, இடத்தைக் கொடுத்து, என்னிடம் உன் வாழ்வை நீயே அமைத்துக் கொள் என்ற சுதந்திரத்தையும் கொடுத்துவிட்டான். எனக்கு என்று ஒரு வாழ்வு. அதில் எந்த குறையும் இல்லை. முழுக்க முழுக்க எனக்கு தான். வேறென்ன வேண்டும்?

வாழ்வின் பயணத்தில் வாழ்வையே மறந்துவிடுவது வருத்தப்பட வேண்டிய விஷயம். எப்போது நாம் ஆனந்தத்தைத் தொலைக்கிறோமோ, நிம்மதியைத் தொலைக்கிறோமோ அப்போதெல்லாம் வாழ்வென்பது ஒரு புனிதம் போல யாரினாலும் களங்கமடையாமல் இன்னமும் இன்னமும் நமக்காக காத்திருப்பதை உணரவேண்டும். வரும் வாழ்வையாவது நமது கையில் எடுக்க வேண்டும். அதற்கு இக்கணம்… அதைக் கையில் எடுக்க வேண்டும். ஒருமுறை என் தோழி ஒருவரோடு பேசிக் கொண்டிருந்தபோது உலகிலேயே மிகச் சிறந்த விஷயம் என்ன என்ற உரையாடல் வந்தது. ஆன்மீகம், இறைவன், ஞானம் என எல்லா கருத்துக்களும் வந்து போயின. இறுதியாக அவருக்கு நான் அளித்த பதில் "வாழ்க்கை"… ஆம்… இந்த வாழ்க்கை தான் அனைத்திலும் சிறந்தது. மகத்துவம் வாய்ந்தது. ஏனெனில் இந்த வாழ்வு மட்டுமே நிதர்சனமாக நம் கையில் உள்ளது. மற்ற விஷயங்கள் எல்லாம் நமது விருப்பமே… அவை அனைத்தையும் சாத்தியமாக்க நமக்கு ஆதாரமாக இருப்பது

இந்த வாழ்வு மட்டுமே. நம் கையில் உள்ள ஒரே வாய்ப்பு, வழி இந்த வாழ்வு மட்டுமே. எனவே எக்காரணத்திற்காகவும் இதை மறந்துவிட்டு தேடக்கூடாது... வாழ்வே ஒரு மகத்துவம் தான்... அதை முதலில் ஆராதிப்போம்... அதை சரியான முறையில் கையாண்டால் எல்லா வாசல்களும் நமக்கு திறக்கும்.

இந்த வாழ்வு மட்டுமே. நம் கையில் உள்ள ஒரே வாய்ப்பு, வழி இந்த வாழ்வு மட்டுமே. எனவே எக்காரணத்திற்காகவும் இதை மறந்துவிட்டு தேடக்கூடாது... வாழ்வே ஒரு மகத்துவம் தான்... அதை முதலில் ஆராதிப்போம்... அதை சரியான முறையில் கையாண்டால் எல்லா வாசல்களும் நமக்கு திறக்கும்.

அன்பும் புரிதலும்

ஒரு சாதகர் பல்வேறு வழிகளில் இறைவனைத் தேடுகிறார். பெரும்பாலான மக்களுக்கு உணர்வு நிலையே எளிதாக உள்ளது. அது உணர்வு நிலையோ, விழிப்புணர்வு பாதையோ எதுவாக இருப்பினும் அதன் முழுமையை நாம் காணாதவரை அந்த பாதையில் தடுமாற்றங்கள் ஏற்படுவது இயல்பே. முழுமையை நாம் முயற்சியின் மூலம் அடைய முற்படுவதை விட நமது பாதையைப் புரிந்து கொள்வதே அவசியம். உதாரணமாக அன்பின் வழியில் செல்வோருக்கு அந்த அன்பை முழுமையாக இறைவனிடமோ, குருவிடமோ முதலில் வைப்பது அரிது. வெகு சிலரே அன்பை வெளியில் நாடாமல் தம் குருவை கண்டவுடன் முழுமையாக தம் அன்பை அவரிடம் ஒப்படைக்கின்றனர். பலருக்கு அது சாத்தியமாவதில்லை. அன்பிற்காக அவர்கள் வெளியில் ஏதாவது ஒரு உறவை தேடுகின்றனர். இது தவறாக பார்க்கப்பட வேண்டிய விஷயம் அல்ல. இயற்கையான ஒன்று. நாம் விரும்பினாலும் விரும்பாவிட்டாலும் அந்த நிலையை நாம் கடந்து வரத்தான் வேண்டும். ஸ்ரீ ராமகிருஷ்ண பரமஹம்சர், மீராபாய் அவர்களைப் போல நம்முடைய அன்பை முழுமையாக இறைவனிடம் ஒப்படைக்க நாம் விருப்பப்படுகிறோம். ஆனால் ஆரம்ப நிலையில் அது நமக்கு சாத்தியமாவதில்லை. அதற்காக நமது அன்பை முழுமையாக இறைவனிடம் கொடுத்திட நாம் போராட தேவையில்லை. அங்கு போராடியும் எந்த பயனும் இல்லை.

அன்பும் சரணாகதியும் இயல்பாக மலர வேண்டியவை. அது மலரும் வரை நாம் நமது இயல்பான எதார்த்த நிலையில் இருப்பதே உத்தமம். அது போராட்டத்தினாலும் முயற்சியினாலும் பெறக்கூடிய விஷயம் அல்ல. மற்றொரு விஷயம் என்னவென்றால் அன்பும் காதலும் ஆன்மீகத்திற்கு

எதிரான விஷயங்கள் அல்ல. ஆன்மீக பாதையில் உள்ளவர்கள் மற்றவரை நேசித்தால் அவர்கள் ஆன்மீக பாதையில் கீழான நிலையில் உள்ளனர் என்பது மிகவும் தவறான கருத்து. அன்போ விழிப்புணர்வோ நாளுக்கு நாள் அது மெருகேறும். நமது வாழ்வின் அனுபவங்கள் அவற்றைச் செம்மைப்படுத்தும். அப்போது காலப்போக்கில் ஒரு நாள் சாதகன், அவர் வைத்த அன்பிலேயே மலர்ந்து விடுகிறார். அது யார் மீது வைக்கும் அன்பு என்பது முக்கியமல்ல. இல்லையேல் ஆன்மீகம் என்பது தன்னில் மலர்வது, இங்கு அடுத்தவரைச் சார்ந்து பயனில்லை என்பதை உணர்ந்து கொள்கிறார். கடைசியில் ஆன்மீக விஷயத்திலாவது நாம் மற்றவரை சார்ந்திருக்க தேவையில்லை என்பதை உணர்ந்து கொள்கிறார். ஏனென்றால் இந்த உலக வாழ்வில் ஆணும் பெண்ணும் குடும்ப வாழ்வில் ஒருவரை ஒருவர் சார்ந்து வாழ தேவை உள்ளது.

ஆனால் ஆன்மீகம் என்று வரும் பொழுது அது கட்டாயம் அல்ல. வாழ்வில் இணையும் இருவரும் ஒருவருக்கொருவர் உதவியாக இருந்து கொள்ளலாம். ஆனால் முழுமையாக ஆன்மீக வளர்ச்சிக்குக் கூட மற்றவரைச் சார்ந்து வாழ்வது என்பது அவசியம் அற்றது... எனவே குடும்ப வாழ்வில் இருப்பவர்கள் ஆன்மீகப் பாதையில் இருக்கும் பொழுது, தான் திருமணம் செய்து கொள்வதையோ அன்பிற்காக மற்றவரைச் சார்ந்து வாழ்வதையோ ஒரு குற்ற மனப்பான்மையோடு பார்க்க தேவையில்லை. ஒரு சாதகன் தெளிவு பெற சிறிது காலம் தேவைப்படுகிறது. அதற்கு நாம் இடம் அளிப்பது நியாயமான, அன்பான செயல். அதற்குள் ஒரு சாதகனை மற்றவர்கள் ஒரு குற்ற மனப்பான்மைக்குள் தள்ளுவது அவசியமற்றது. வாழ்வு என்பது வளர்ச்சிதான். காலம் செல்ல செல்ல நாம் நமது வயதிலும் உருவத்திலும் மட்டுமல்ல...உள்ளத்தின் பக்குவம், சமநிலை, புரிதல் என அனைத்திலும் வளர்கின்றோம். என் வாழ்வில் விழிப்புணர்வின் பயனை, அனுபவத்தை நான் நிறைய பெற்றேன். அது என் வாழ்வையே ஒரு புரட்சியாக, அதிரடியான மாற்றங்களைக் கொடுத்து என்னை வேறொரு அற்புதமான சுதந்திரமான நிலைக்கு எடுத்துச் சென்றது. விழிப்புணர்வு என் வாழ்வில் வந்த பிறகு நான் மனதளவில் ஒரு தெளிவை, தளர்வு நிலையைப் பெற்றேன். எது எப்படி

இருப்பினும் இறைவனை அந்த இருப்பு நிலையில் தரிசிக்கும் பொறுமை எனக்கு ஆரம்ப நாட்களில் இல்லை. எப்போதும் ஆழ்ந்த உணர்வு நிலையில் இறைவனை நினைக்கும் போதும், இறைவனை நினைத்து அழும்போதும் மட்டுமே எனக்கு திருப்தி ஏற்படும். மீதி நேரங்களில் எப்படி இறைவனோடு ஒன்றி இருப்பது என ஏங்குவேன். ஏதோ ஒரு திருப்தி அற்ற நிலையில் அள்ளாடுவேன். ஸ்ரீ ராமகிருஷ்ண பரமஹம்சரின் புத்தகங்கள் எனக்கு அந்த சத்சங்கத்தின் ஆனந்தத்தை தந்தன. எனவே எப்போதும் அவரது புத்தகங்களைப் படித்துக் கொண்டே இருப்பேன்.

இதனால்தான் உணர்வு நிலையில் இறைவனைத் தேடும் சாதகர்கள் அது உடனே கிடைக்கப் பெறாத போது மற்றவர் இடத்தில் அதை நாடுகின்றனர். மற்றவரின் மேல் வைக்கும் அன்பில் கரைந்து விட வேண்டும் என விரும்புகின்றனர். மற்றவரை சார்ந்து வாழ்வது என்பது என்றுமே நிலையான ஆனந்தத்தைக் கொடுத்திடாது. அது நிறைவேறாத போது வாழ்வே விழுந்து விட்டதைப் போல் துவண்டு விடுகின்றனர். இந்த போராட்டங்கள் இளம் வயதில் ஒரு ஆன்மீக சாதகருக்கு மிகவும் இயல்பானவையே. பல பேர் இவற்றிலிருந்து ஒரு தெளிவு பெற நிறைய விலைகொடுக்க வேண்டியுள்ளது. என்னதான் ஆன்மீக தேடுதல் அவர்களுக்குள் இருப்பினும் இந்த சமநிலையற்ற தன்மையினால் பலர் மற்றவரால் தாழ்வாக பார்க்கப்படுகின்றனர். நிராகரிக்கப்படுகின்றனர். இது வருத்தப்பட வேண்டிய விஷயம். நான் அனைவரும் தேடும் பரம்பொருள் ஒன்று எனில் நம்முடன் பயணிப்பவரை நாம் பரிவோடும் கருணையோடும் வழி நடத்த வேண்டும். ஒருவரின் மனதில் ஒரு குற்ற மனப்பான்மையை ஏற்படுத்துவது தவறு. அவரின் உண்மையான ஆன்மீக ஆர்வத்தினையும் மனதில் எடுத்துக் கொள்ள வேண்டும். இது சிறிது சிக்கலான பார்வை தான். நாம் பார்க்கும் எல்லோரிடமும் நாம் அவ்வாறு நடந்து கொள்ள முடியாது. பல பேர் ஆன்மீகப் போர்வையில் பல சுய கட்டுப்பாடு அற்ற, நேர்மையற்ற விஷயங்களைச் செய்கின்றனர். எவ்வளவோ பேர் அன்பையும் சபலத்தினையும் ஒன்றாக பார்க்கின்றனர். நான் அவற்றைப் பற்றி இங்கே பேசவில்லை. ஒரு உண்மையான ஆன்மீக சாதகரின்

நிலையைக் கூறுகின்றேன். நாம் ஒருவரை ஒருவர் புரிதலோடு நடத்த வேண்டும். ஒருவரைக் கண்ணியத்தோடு நடத்துவது என்பது மிகுந்த புரிதல் உடைய அற்புதமான செயல். ஆன்மீக சாதகர் என வரும் பொழுது ஒவ்வொருவரும் ஒவ்வொரு நிலையில் உள்ளனர். அதை நாம் புரிந்து கொள்ள வேண்டும். அதேநேரம் எத்தனையோ பேர் ஆன்மீகம் என்ற பெயரில் பல நேர்மையற்ற தரமற்ற சுயநலமான செயல்கள் செய்வதைக் கண்டு இருக்கின்றேன். நாம் எந்த பாதையில் இருப்பினும் அது ஆன்மீகம் அல்லாத உலக விஷயங்களாக இருப்பினும் செய்யும் செயலில் நேர்மையுடனும் உண்மையுடனும் இருப்பது அவசியம்.

என் வாழ்வில் அன்பின் மூலம் இறைவனை அடைவதையே நான் எனது பாதையாக பெற்றிருந்தேன். அதற்காக நான் மற்றவரைச் சார்ந்திராது தனித்து இருப்பதே உத்தமம், உண்மை என்பதைப் புரிந்து கொள்ள மிகுந்த விலையினைக் கொடுக்க வேண்டி இருந்தது. அனுபவத்தின் பின்பு தான் என் ஆன்மீக வாழ்விற்கு மற்றவர் தேவை இல்லை, அது முழுக்க முழுக்க என்னைச் சார்ந்தது என்பதை நான் உணர்ந்தேன். என் அன்பை நான் இறைவனிடம் முழுமையாக மடைமாற்றம் செய்ய அர்ப்பணிக்க எனக்கு சிறிது காலம் தேவைப்பட்டது. ஆனால் என்னைப் பொறுத்தவரையில் அது நல்லது என்றே நினைக்கின்றேன். ஏனென்றால் நாம் சில அனுபவங்களுக்குப் பிறகு பல்வேறு நிலைகளைக் கடந்து ஒரு புரிதலை அடையும்போது அங்கு சலனமில்லை... குழப்பம் இல்லை... மீண்டும் பின்வாங்கும் செயலும் இல்லை... எனவே அன்பின் வயப்பட்டோர் அதை ஒரு குற்றமாக கருத வேண்டாம். அதை ஏற்றுக் கொள்ளுங்கள். அதில் விழிப்புணர்வோடு பயணம் செய்யுங்கள். பிறகு ஒரு நிலையை அடைவீர்கள். அது ஆனந்தத்தில் பிறந்திட்ட பார்வையாகவும் இருக்கலாம் அல்லது தோல்வியினாலும் துன்பத்தினாலும் பெற்ற பாடமாகவும் இருக்கலாம். வாழ்வில் எது வேண்டுமானாலும் நடக்கலாம். எல்லோராலும் அன்பின் பாதையில் வெற்றியைப் பார்க்க முடிவதில்லை. பல பேர் அதில் பல சிக்கல்களைக் காண்கின்றனர். பல பேர் அதில் வெற்றி பெறுகின்றனர். எதுவாக இருப்பினும் அது ஸ்திரமாக இருக்கும். ஒரு புரிதலும்

அனுபவமும் நமக்கு ஏற்படும். அதை விட்டுவிட்டு வாழ்வில் அன்பை மறைத்து வைப்பதும், கட்டுப்படுத்துவதும் தவறானது. அப்படி செய்தால் பிற்காலத்தில் உங்களின் முன் அது ஒரு துன்பமாக, பிரச்சனையாக வந்து நிற்கும்.

அமைதியான ஆன்மாக்கள்

உலகில் பல வகைப்பட்ட மனிதர்கள் உள்ளனர். சிலர் எப்போதும் பரபரப்போடு இருப்பர். சிலர் இயல்பாக இருப்பர். சிலர் இருந்த இடம் தெரியாமல் இருப்பார்கள். ஆன்மீக வாழ்வில் மட்டுமல்ல. நான் கூறுவது பொது வாழ்விலும் பொருந்தும். நான் கண்டு வியந்த ஒரு சில அற்புதமான உயிர்களைப் பற்றி இங்கு கூறுகிறேன். இங்கு நான் யாரையும் எடை போடவில்லை. அதே நேரத்தில் நாம் வாழும் அதே சூழ்நிலையில் வாழுகின்ற ஒரு சில மனிதர்கள் இதே வாழ்வை வெகு இயல்பாக, சாமர்த்தியமாக கையாளும் பொழுது நிச்சயம் அவர்களைப் பார்த்து வியக்காமல் இருக்க முடியவில்லை. நாங்கள் இமய மலைக்கு யாத்திரை சென்றிருந்த போது

மலையேற்றத்தில் பங்கேற்றோம். அது மிகச் சிரமமான ஒரு மலையேற்றம். எல்லோருமே அத்தகைய ஒரு அனுபவத்தை முன்பு பெற்றிருக்காததால் மிகவும் சிரமப்பட்டோம். பலர் இடையிடையே ஓய்வு எடுத்துக் கொண்டனர். பலர் குதிரைகளை உபயோகித்து மலை ஏறினர். ஒருசிலர் இருவராக இணைந்து ஒருவரை ஒருவர் உற்சாகப்படுத்திக் கொண்டனர்.

இவர்களில் என் நண்பர் ஒருவர் தனித்தே பயணம் மேற்கொண்டார். அவர் இயல்பிலேயே அமைதியானவர். அதிகம் அலட்டிக் கொள்ளாதவர். நாங்கள் எல்லோருமே மிகவும் புலம்பி கொண்டிருக்கையில், அவர் மட்டும் எந்தவித ஆர்ப்பாட்டமும் இல்லாமல் சீரான வேகத்தோடு மலை ஏறினார். அதிகம் இளைப்பாறவில்லை. வேகமாகவும் செல்லவில்லை. அதேநேரத்தில் மெதுவாகவும் செல்லவில்லை. அந்த அனுபவம் என்னை வெகுவாக பாதித்தது. ஏனென்றால் இது பார்ப்பதற்கு வேண்டுமானால் ஒரு மிகச் சிறிய விஷயமாக இருக்கலாம். ஆனால் ஒரு மனிதர் தனக்கு அதிகம் பழக்கம் இல்லாத ஒரு புதிய செயலில் ஈடுபடும் பொழுது, அந்த சீதோசன நிலை, தட்பவெப்பநிலை அனைத்தும் ஏதுவாக இல்லாத ஒரு சூழ்நிலையில் கூட தன்னைச் சமநிலையோடு வைத்துக்கொண்டு எந்தவித ஆர்ப்பாட்டமும் சலனமும் இல்லாமல் ஒரு செயல் செய்வதைக் கண்டு எனக்கு மிகவும் ஆச்சரியமாக இருந்தது. அவரது மலையேற்றம் அத்தனை இயல்பாக, அமைதியாக, பாராட்டத்தக்கதாக இருந்தது. வெளியிலிருந்து பார்க்கும் பொழுது நமக்கு அப்படிப்பட்ட மனிதர்கள் வெகு சாதாரணமானவர்களாக தெரிவார்கள். ஆனால் உள்ளுக்குள் அவ்வளவு சமநிலையுடன் எளிமையான மனிதர்களாக இருப்பார்கள். உண்மையில் இவர்கள் மற்றவரை விடவும் எல்லா விஷயங்களையும் எளிதாக கையாளுவார்கள். புரிந்து கொள்வார்கள்.

மேலும் ஒரு நிகழ்வு எனக்கு ஞாபகம் வருகிறது. ஒரு பயிற்சியின் போது என்னோடு பங்குபெற்ற ஒரு சகோதரர், மிகவும் எளிமையாக தெரிந்தார். குறைவான படிப்பறிவே இருக்கும். ஆனால் அவர் அங்கு பயிற்சியைக் கையாண்ட விதம், பொறுமை, சமநிலை என்னை வியக்க வைத்தது. ஏனென்றால் பொதுவாக எந்த ஒரு பயிற்சியின் போதும் அங்கு

இருப்பவர்கள் அதை மேற்கொள்ள மிகவும் சிரமப்படுவார்கள். நிறைய கேள்விகள் கேட்பார்கள். ஒரு விஷயம் தனக்குச் சரியாக வரவில்லை என்றால் மிகவும் வருத்தப்படுவார்கள். குறைந்தது அதனைக் கற்றுக்கொள்ள மிகவும் பதட்டப்படுவார்கள். சமநிலை என்பது எல்லோருக்கும் எப்போதும் இருந்துவிடும் என்று கூறிட முடியாது. ஆனால் இந்த சகோதரர் மிகுந்த சமநிலையோடு இருந்தார். அவர் பேச்சில், அவர் பதில் கொடுக்கும் விதத்தில் என அனைத்திலும் அவ்வளவு பொறுமை இருந்தது. பல நேரங்களில் எளிமையே நம்மை மிகவும் கவர்ந்து விடுகிறது. ஒரு சிரமமான பயிற்சியைக் கூட அவர் மிகவும் எளிமையாக கையாண்ட விதம் என்னை மிகவும் ஆச்சரியப்பட வைத்தது. இவ்வளவு எளிமையான மனிதர்களைப் பார்க்கும் பொழுது எனக்கு மிகவும் சந்தோசமாக இருந்தது. ஏனென்றால் அவரது எளிமையும், பணிவுமே அத்தனை விஷயங்களையும் மிக எளிதாக விரைவில் கற்றுக் கொள்ள அவருக்கு உதவியது.

மேலும் ஒரு சகோதரர் சமையலறையில் வேலை பார்த்துக்கொண்டிருந்தார். அங்கு அனைத்து தரப்பு மக்களும் இருந்தார்கள். அதாவது மிக உயர்ந்த பொறுப்பில் இருந்தவர்களில் இருந்து மிக சாதாரண வேலை செய்யும் மக்கள் வரை எல்லா வகுப்பு நிலையைச் சேர்ந்தவர்களும் அங்கு இருந்தார்கள். அனைத்து மொழிகளிலும் அவர்கள் பேசுபவர்களாக இருந்தார்கள். இந்த சகோதரர் அனைவரையும் மேற்பார்வை செய்து அவர்களது வேலையை ஒருங்கிணைக்கும் பணியில் இருந்தார். அவர் அங்கிருந்த மக்களைக் கையாண்ட விதம் என்னை மட்டுமல்ல. அங்கிருந்த அனைவரையுமே மிகவும் கவர்ந்தது. மிகவும் பணிவாகவும், தன்னடக்கத்தோடும் இருப்பார். எந்த ஒரு செயலை மற்றவர்களுக்குச் சொல்ல நேரும் போதும் மிக எளிமையாக, பணிவாக அவர்களுடன் உரையாடுவார். யாரையும் புண்படுத்தியதில்லை. அவர் சொல்லும் விதத்திலேயே மகிழ்ந்து, மற்றவர்கள் அந்த வேலையைச் செய்வார்கள். அவரது மேற்பார்வையில் எந்த சிக்கலும் இல்லை. மிகப்பெரிய செயல் கூட மிக நேர்த்தியாக எந்த பிரச்சனையும் இல்லாமல் நடந்து கொண்டிருந்தது. இதற்கும் அவருக்கு எல்லா மொழியிலும் பேசும் திறன் கூட கிடையாது. இதைப் பார்த்துக்கொண்டிருந்த மற்றொருவர்

"எனக்கு மிகவும் ஆச்சரியமாக இருக்கின்றது. நாம் நமது அலுவலகங்களில் எவ்வளவு பெரிய பொறுப்பில் இருக்கிறோம். ஒரு விஷயத்தை எடுத்து நடத்தும் பொழுது எவ்வளவு சிரமப்படுகிறோம். பத்து பேருக்கு மேல் ஒரு குழுவை நாம் மேற்பார்வையிட நேரிடும் பொழுது நமக்குள் எவ்வளவு சிரமம் ஏற்படுகின்றது. ஆனால் இவரோ பார்ப்பதற்கு இவ்வளவு எளிமையான மனிதராக இருக்கிறார். ஆனால் எவ்வளவு நேர்த்தியாக இந்தக் குழுவை வழி நடத்திச் செல்கின்றார். இவரிடம் இருந்து கற்றுக் கொள்ள நிறைய விஷயங்கள் இருக்கின்றன" என்று பாராட்டிக் கூறினார்.

ஆர்ப்பாட்டமில்லாத எத்தனையோ மனிதர்கள் மிக உயர்ந்த நிலையில் இவ்வுலகின் பார்வைக்கே தெரியாமல் வாழ்ந்து வருகின்றனர். அவர்களைப் பார்க்கும் பொழுது மிகவும் ஆச்சரியமாக இருக்கின்றது. ஆன்மீகம் என்பது ஒரு சாதனை அல்ல. பெருமையும் அல்ல. அது தன்னை தானே சீரமைத்துக் கொள்வது. திருத்திக் கொள்வது. அதை ஆர்ப்பாட்டமில்லாமல் செய்ய முடியும். நான் பல நேரம் ஆன்மீகத்தில் ஈடுபடும் மனிதர்களைப் பார்க்கும் பொழுது அவர்களிடம் ஒரு குணத்தைப் பார்க்கின்றேன். அதாவது ஆன்மீகம் என்பது நமது வாழ்வில் வந்துவிட்ட பிறகு நாமே எல்லோரையும் விட உயர்ந்தவர் என்ற எண்ணம் தோன்றுகிறது. அதனால் மற்றவர்களிடம் பேசும் பொழுது சில நேரங்களில் தன்னை விட வயது அதிகமானவர்கள், தன்னைவிட அதிக பொறுப்பில் இருப்பவர்களிடம் பேசும்போது கூட நம்மிடம் பணிவு இருப்பதில்லை. உண்மையில் நாம் யாரிடம் அவ்வாறு பேசுகின்றோமோ அவர்கள் நம்மை விட நிறைய விஷயம் தெரிந்தவர்களாக இருப்பார்கள். யார் எப்படி இருந்தாலும் நமக்கு நிச்சயம் பணிவு தான் வேண்டுமே தவிர எதைக் குறித்தும் கர்வம் இருக்கலாகாது. நாம் ஆன்மீக வாழ்க்கையில் இருக்கிறோம், அதனால் நாம் தான் மற்றவரை விட பெரியவர் என்ற எண்ணம் மிகவும் தவறானது.

கடைசியாக ஒரு துறவி. இவரும் மிக மிக எளிமையானவர். பலவருடம் இவரைப் பார்த்து இருக்கிறேன். தனது வேலையில் சலிப்பையே காட்டாதவர். அவர் பார்க்கும் வேலை சாதாரண வேலையாகவே பெரும்பாலும் இருக்கும். சில சமயம் பெரிய வேலையைக் கூட செய்வார். எதுவாக இருப்பினும் அதை

அவர் சமமாகவே பார்ப்பார். தான் செய்யும் செயலில் சிக்கிக் கொள்ளாத ஒரு அருமையான மனிதர். அற்புதமான மனிதர். எப்பொழுதும் இன்முகத்தோடு இருப்பார். சுறுசுறுப்பாக இருப்பார். எங்குமே அவர் தன்னுடைய செயலிலோ அல்லது தன்னுடைய மன நலனிலோ தேங்கிப்போனதை நான் பார்த்ததே இல்லை. தனது இருப்பை மிக அமைதியாக எளிமையாக வைத்துக் கொண்ட ஒரு மனிதர். தான் மற்றவரால் பேசப்படவேண்டும், பார்க்கப்பட வேண்டும் என்ற எண்ணம் துளி கூட அவரிடம் கிடையாது. பம்பரம் போல் எப்பொழுதும் இயங்குபவர். எல்லோரிடமும் சமமாக பழகுபவர். நிச்சயம் இது போன்ற மனிதர்களுக்குத் தனிப்பட்ட பிரச்சினைகளும் குறைவாகவே இருக்கும். அல்லது பிரச்சினைகளே இருக்காது. அவர்களுடைய வாழ்க்கை ஒரு தெளிந்த நீரோடை போல ஓடிக் கொண்டே இருக்கின்றது. இதுபோன்ற உயிர்களைப் பார்க்கும் பொழுது நான் மெய்சிலிர்த்து விடுகின்றேன். அவர்களை எப்போதும் வணங்குகின்றேன். நம்மைச் சுற்றியுள்ள மக்கள் பலவிதமாக இருக்கின்றனர். நிறைய பேருக்கு ஆன்மீகம் என்றால் என்னவென்றே தெரியாது. ஆனால் அவர்களிடம் நிறைய நற்பண்புகளும் திறமைகளும் இருக்கும். பெரும்பாலானவர்கள் தம்மால் ஆன்மீக பாதையில் முழுமையாக ஈடுபட முடியவில்லை என்று ஒரு குற்ற மனப்பான்மையோடு வாழ்கின்றனர். ஆன்மீக வாழ்வில் அடியெடுத்து வைத்தவர்களைக் காணும் பொழுது அவர்கள் மிகுந்த மரியாதைக் கொடுக்கின்றனர்...

அதே நேரத்தில் ஆன்மீக வாழ்க்கையில் உள்ள ஒரு சில சாதகர்கள் தாம் அந்த வாழ்க்கையில் வந்து விட்ட ஒரே காரணத்திற்காக மற்றவர்களைத் தாழ்வாக பார்ப்பது மிகவும் தவறான ஒரு விஷயமாகும். உண்மையில் அவர்களுக்குப் பொது அறிவு, தொழில் சார்ந்த அறிவு, அனுபவ அறிவு என்பது மற்றவர்களை விட குறைவாகவே இருக்கின்றது. இருப்பினும் தான் இந்த ஆன்மீக வாழ்க்கைக்கு வந்து விட்ட ஒரே காரணத்திற்காக மற்ற அனைவரையும் குறைவாக பார்ப்பது மிகவும் ஒரு தவறான செயலாகும். பணிவு மட்டுமே எப்போதும் ஒரு மனிதரை நல்ல நிலைக்கு எடுத்துச் செல்லும். எனவே இயல்பாகவே எந்தவித ஆர்ப்பாட்டமும் இல்லாமல்

அமைதியாகவும், பணிவாகவும் இருக்கும் மனிதர்கள் நிச்சயம் கொடுத்து வைத்தவர்கள்.

ஏனென்றால் அவர்களை உற்று நோக்கும்பொழுது மற்றவர்களிடம் அவர்கள் தேவையற்ற ஒரு கர்மாவை ஏற்படுத்துவதில்லை. மிகவும் எளிய மனிதர்களாக இருக்கிறார்கள். பெரும்பாலானவர்கள் மிகுந்த கூச்ச சுபாவம் உடையவர்கள். எப்பொழுதும் ஒரு ஆனந்தமான, திருப்தியான மனநிலையைப் பெற்றவர்கள். எனது அனுபவத்தில் கிராமங்களில் வசிக்கும் மக்களிடம் இது போன்ற ஒரு எளிமையையும், பணிவையும் நான் அதிகம் பார்த்து இருக்கின்றேன். தங்களுக்கு அதிகம் ஒன்றும் தெரியாது என்று நினைத்துக் கொண்டு அவர்களாகவே மிகவும் பணிவோடு இருப்பர். ஆனால் அவர்களிடம் சிறிது பேச்சுக் கொடுத்தால் தான் தெரியும் தங்களின் தொழிலில் நிறைய நுணுக்கமான விஷயங்களை அவர்கள் தெரிந்து வைத்திருப்பார்கள். எளிமை என்பது ஒரு வரப்பிரசாதம். எளிமை என்பது ஒரு அற்புதமான வாழ்வுமுறை. எளிமை என்பது ஆன்மீகத்தின் வாசல். எளிமையான மனிதர்கள் தங்களுக்கே தெரியாமல் எல்லோரிடமும் ஒரு நல்ல ஆனந்தமான அதிர்வைப் பரப்புகின்றனர்.

உண்மையே உத்தமம்

உண்மை... இதற்கு ஒரு சக்தி உள்ளது. வெறும் வார்த்தையிலேயே ஒரு சக்தி உள்ளது. அது ஒரு புனிதம். அது ஒரு தவம். வாழ்வில் உண்மையாக இருப்பது உள்ளுக்குள் மிகப்பெரிய பலத்தைக் கொடுக்கும். வெளி உலகிலும் நமக்கு மதிப்பையே கொடுக்கும். ஆனால் அது பெரும்பாலானோருக்கு புரிவதில்லை. உண்மை என்பது சிறிய விஷயங்களில் இருந்து பெரிய விஷயம் வரை அனைத்திற்கும் பொருந்தும். இது சற்று சிரமமான தலைப்பு. இருப்பினும் தேவையான, அற்புதமான தலைப்பு. மனிதன் தான் உண்மையானவன் என நிரூபிக்க உண்மையாய் இருக்க தேவையில்லை. அவன் அளவில் உளமார உண்மையாய் இருந்தாலே போதும். உண்மையாய் இருப்பது என்றால் என்ன... முதலில் சிறிய சிறிய விஷயங்களுக்காக பொய் சொல்வதைத் தவிர்க்க வேண்டும். அங்கு பொய் கூறுவதால் ஒன்றுமே பெரிதாக மாறிவிடப் போவதில்லை. இருப்பினும் அற்ப விஷயங்களுக்காக, வெறும் பகட்டு கௌரவத்திற்காக, புகழ்ச்சிக்காக பொய் கூறுவதைத் தவிர்க்க வேண்டும். நூறு சதவீதம் முழுமையாக உண்மையாக இருக்க முடியவில்லை எனினும் முடிந்தவரை உண்மையாக இருக்க முயற்சிக்க வேண்டும். ஏனெனில் உண்மை நம்மை இறைவனுக்கு மிக அருகாமையில் நிறுத்தும். இறைவனை அறிய தூய மனம்வேண்டும் என்று பெரியவர்கள் சொல்வதுண்டு. தூய மனதிற்கும், உண்மைக்கும் நெருங்கிய தொடர்பு உண்டு. அண்மையில் ஒரு புத்தகம் படித்தேன். அதில் ஒரு மருத்துவர் நேர்மறையான எண்ணங்களுக்குச் செலவிடும் சக்தியை விட எதிர்மறையான எண்ணங்களுக்குத் தான் சக்தி அதிகம் தேவைப்படுகிறது என்று கூறினார். அதாவது ஒன்றை மறுத்து பேச, தர்க்கம் புரிய, குறை கூற என பல விஷயங்கள் மனதில் ஒரு புயல் போல தான் கிளம்புகின்றனவே தவிர அமைதியாக

வந்து போவதில்லை. எனில் மனம் சதா அதைப் பற்றி நினைத்து அமைதியை இழக்கிறது.

உண்மையற்ற நிலையும் இதுபோலத்தான். ஒரு மனிதன் அற்ப விஷயங்களுக்காக பொய் கூறும் போது மனதில் ஒரு சலனம் ஏற்படுகிறது. நம் கண்களைத் திரை மறைத்தால் எப்படி நமக்கு பார்வையில் தடுமாற்றம் ஏற்படுமோ அதுபோல. நமது உள் தன்மையானது பொய் பேசும்போது சிறிது சலனமடைகிறது. உண்மையும், இறை என்னும் உண்மையும் நெருங்கிய நண்பர்கள். வாழ்வு என்பது அவ்வளவு சுலபமல்ல. இவ்வாழ்வில் எல்லோரிடமும் எல்லா நேரத்திலும் உண்மையாக இருப்பது என்பது சற்று கடினமான விஷயம். அது நம்மை பல்வேறு சிரமங்களுக்கு தள்ளும். தேவையற்ற இடங்களில் உண்மையாக இருக்கிறேன் என்று கூறிக் கொண்டு நம்மை நாமே விவாத பொருளாக்கி கொள்வது முட்டாள்தனம். அர்த்தமற்ற பிரச்சனைகளுக்குள் சிக்கிக் கொள்வது அது. ஏனெனில் பெரும்பாலான நேரங்களில் நமது உண்மையினால் அடுத்தவருக்கும் நமக்கும் எந்த பயனும் இல்லை... மாறாக அது நம்மை தேவையற்ற விஷயங்களில் இழுத்து விடும் எனும் போது மற்றவருக்குப் பாதகம் வராத வரையில் சூழ்நிலைக்குத் தகுந்தார் போல நடந்து கொள்வதில் தவறில்லை. அதே நேரம் நமது பாதுகாப்பு, புகழ்ச்சி, பெருமை இவற்றிற்காக சதா தவறான தகவல்களைக் கூறிக் கொண்டே இருப்பது மிகவும் அற்பமான செயல்.

ஒரு மனிதன் தன் பாதுகாப்பிற்காக மற்றவரை பாதிக்கும் அளவு பொய் கூறுவது, உண்மைக்குப் புறம்பான விஷயங்கள் பேசுவது என்று இருந்தால் அந்த நிலைக்கும் ஆன்மீகத்திற்கும் தொடர்பே இல்லை. ஏனென்றால் ஆன்மீகம் என்பது தனது அர்த்தமற்ற சுமைகளை இறக்கி வைப்பது. தனது அதிகாரம், ஆணவம் என அனைத்தையும் அற்பமாக நினைத்து தள்ளி வைப்பது.நான் யாரும் இல்லை என பரம்பொருளின் முன் இரண்டு கைகளையும் விரித்து காட்டி நம்மை பாரமற்றவராக வைப்பது. அதற்கு மாறாக, இவ்வுலகில் எவ்வளவோ அர்த்தமற்ற பார்வைகள் உள்ளன. எல்லாவற்றிலும் முதன்மையானது நம்மை மற்றவரின் முன்பு பெரிதாகக் காட்டிக் கொண்டு அதற்காக பொய் கூறுவது. அதனால் என்ன சிறப்பு? நாம் நாமாக இருப்பதே

சிறப்பு. நாம் எவ்வளவு சிறிய பதவியில் இருந்தாலும், குறைந்த வருமானம் பெற்றாலும், நமது குழந்தைகள் ஒருவேளை சுமாராகத்தான் படிப்பவராக இருந்தாலும் நாம் நாமாக இருப்பதே சிறப்பு. அதை விட்டுவிட்டு நான் இங்கு வேலை செய்கிறேன், நிறைய சம்பளம் வாங்குகிறேன் என்று தேவையில்லாமல் பிதற்றிக் கொண்டே இருக்கும் போது அந்த நேரத்திற்கு வேண்டுமானால் அது நமக்கு ஒரு சிறிய இன்பத்தைத் தரலாம். ஆனால் அது நிச்சயம் நம் உள் தன்மையை அமைதி அடைய செய்யாது. மனதில் ஒரு உறுத்தல் இருக்கும். அது சதா நம்மை அரித்துக் கொண்டே இருக்கும். அதனால் என்ன பயன்? சிறிது நேரம் மகிழ்ச்சிக்காக நம் நிம்மதியைத் தொலைப்பதில் என்ன பயன்?

சிறிய சிறிய விஷயங்களுக்காக பொய் கூறுவது என்பது மிகவும் அற்பமான செயல். கடைசியில் யாரிடம் என்ன பொய் கூறினோம் என்று கூட தெரியாது. பல நேரம் அது நம்மை அவமானத்தில் தள்ளிவிடும். உண்மை என்பது பலநிலையில் உள்ளது. ஒருவரின் சூழ்நிலை மிக மோசமாக இக்கட்டான நிலையாக இருப்பினும், ஒருவர் அதனால் தன் கௌரவத்தை இழக்க நேரிட்டாலும், வெறும் வறட்டு கௌரவத்திற்காக பொய் கூறாமல் தைரியமாக உண்மையை உரைப்பது மிகவும் தைரியமான, போற்றத்தக்க செயல். அத்தகைய மனிதர்கள் ஒரு சிங்கம் போன்றவர்கள். அவர்கள் உண்மையைக் கூறுவதால் அந்த நேரத்திற்கு வெறும் சிறிய அவமானத்தைப் பெறலாம். ஆனால் அவர்களின் நேர்மையும் உண்மையும் அவர்களை மிகப்பெரிய இடத்தில் வைக்கும். அது மட்டுமல்ல அவர் தனது உள் தன்மையில் மிகுந்த ஆனந்தத்துடன் பாரமற்று இருப்பார். ஆன்மீகம் என்பது உள்தன்மையைப் பற்றியது. நாம் உள்ளுக்குள் எப்படி இருக்கிறோம் என்று யாரும் பார்க்க முடியாது. எனில் நாம் எப்படி வேண்டுமானாலும் இருக்கலாம். இருப்பினும் ஒரு மனிதன் தனக்குள் தூய்மையாக இருப்பது, வெளி உலகிலும் உண்மையாக இருப்பது இவை இரண்டும் நிச்சயமாக ஆன்மீகத்தில் அவரை வளர்த்தெடுக்கும். இது நம்மை வெளி உலகில் நிரூபிப்பதைப் பற்றியது அல்ல. இது நாம் எப்படி இருக்கிறோம் என்பதைப் பற்றியது.

சர்வ சாதாரணமாக பொய் பேசுவது இப்போது வாடிக்கையாகிவிட்டது. தேவையற்ற விஷயங்களுக்குக் கூட கவனமே இல்லாமல் பொய் கூறுவது இப்போது மிக சாதாரணமாகிவிட்டது. சற்று விழிப்புணர்வுடன் கவனித்தால் அங்கு இருக்கும் உண்மையைச் சொன்னால் அந்த செயலை அனைவரும் புரிந்து கொள்வர். நம்மீது நம்பிக்கை வளரும். ஒரு விஷயம் நமக்கு ஆழ்மனதில் தவறாக பதிந்துள்ளது. அதாவது உண்மையைக் கூறினால் அது பிரச்சனை. இந்த நேரத்திற்குச் சமாளிப்பதற்காக ஏதாவது கூறலாம் என்று நினைப்போம். ஆனால் பெரும்பாலான நேரங்களில் நான் கவனித்தது என்னவென்றால் நாம் இருக்கும் சூழ்நிலையை விளக்கி கூறினாலே மற்றவர்கள் அதை புரிந்து கொள்ள பெரும் வாய்ப்பு உள்ளது. அதனால் அந்த பிரச்சனை சுமுகமாக முடிந்துவிடும். மற்றவர்கள் நமது சூழ்நிலையைப் புரிந்து கொள்ள வாய்ப்பை நாம் கொடுப்பதில்லை. அதற்கு முன்னரே அதை மறைத்து பல பொய்கள் கூறுவோம். ஆம்... பல பொய்கள் அதாவது ஒன்றை மறைக்க மற்றொரு பொய். இது ஒன்றும் நடக்காத விஷயம் அல்ல. பல இடங்களில் நான் பார்க்கிறேன்...

என் வாழ்வில் இது போன்ற விஷயங்கள் நடந்தது உண்டு. நான் என்னால் முடிந்தவரை உண்மையே கூறுவேன். தேவையில்லாமல் விழிப்புணர்வில்லாமல் பொய் கூறுவது என்பது கிடையாது. சில சமயம் என் குடும்பத்தாரிடம் ஏன் இப்படி உண்மை விளம்பியாக இருக்கிறாய் என திட்டும் வாங்கியுள்ளேன். எனது எல்லைகளை முடிந்த அளவு பெரிதாகவே வைத்துள்ளேன். சில சமயம் நான் கூறும் உண்மை மற்றவரிடம் என்னை தாழ்வாக நினைக்க வைக்கும். அது குறித்து நான் கவலைப்படுவதில்லை. அதைவிட என் அகத்தைத் தூய்மையாக வைப்பதே முக்கியம் என நினைக்கின்றேன். சில சமயம் சிறு சிறு விஷயங்களில் அற்பமாக பொய் கூறும் போது ஒரு விதமான மாசு என் மீது படிந்து விடுவதைப் போல் உணருவேன். எதற்கு நாம் இந்த சிறு விஷயத்திற்குப் பொய் கூறினோம் என என்னை நானே சலித்துக் கொள்வேன். அதேநேரம் உண்மையைக் கூறி நான் சவால்களைச் சந்தித்த நேரம் எல்லாம் எனக்குள் ஒரு புதிய சக்தி பிறப்பதைப் போல் உணருவேன். என்னை பொறுத்தவரை நமக்கும் இந்த

பிரபஞ்சத்திற்கும் ஒரு தொடர்பு உண்டு. அதை நம்மால் உணர முடியும். நமது சொல், செயல் இவைகளின் தன்மைக்கு ஏற்ப அது பாதிக்கப்படுவதையும் நம்மால் உணர முடியும்.

இதற்கு மறுபக்கமும் உள்ளது. சில நேரங்களில் நாம் உண்மையைக் கூறுவதினால் எந்த பயனும் இல்லை... மாறாக அது சூழ்நிலையை இன்னமும் மோசமாக்கிவிடும்... மற்றவரைப் பாதிக்கும் என்றால் உண்மையை கூறாமல் இருப்பதே மேல்... சில சமயம் உண்மையை மறைக்கும் போது பிறருக்கு நன்மை விளையும். அதனால் யாருக்கும் எந்த பாதகமும் இல்லை என்றால் இடத்திற்கும் சூழ்நிலைக்கும் தகுந்தாற் போல நடந்து கொள்ள வேண்டும். அதில் தவறு ஏதுமில்லை. எனவே தர்மம், உண்மை இது போன்ற விஷயங்களுக்குச் சரியான விளக்கம் ஒன்றுமில்லை. எங்கோ யாரோ சொல்லிய விஷயங்களை நாம் படித்து அவ்வாறே நடந்து கொள்ள வேண்டும் என முயல தேவையில்லை. அவரவர் மனம், உள்தன்மை எது சரி என்று சொல்கிறதோ அதன்படி நடந்தாலே போதும். இங்கு மற்றவரின் பார்வைக்கு இடமில்லை... சரி ஆன்மீகத்திற்கும் உண்மை பேசுவதற்கும் என்ன சம்பந்தம்? இதை ஏன் நாம் இவ்வளவு விளக்கமாக தெரிந்து கொள்ள வேண்டும்... எனக்கு இங்கு ஸ்ரீ ராமகிருஷ்ண பரமஹம்சரின் அமுத மொழிகள் ஞாபகத்திற்கு வருகின்றன... அது என்னவென்றால்” சொல்லும் செயலும் ஒன்றாக இல்லாமல், களங்கமற்ற நேர்மை இல்லாமல் இறைவனை அறிய முடியாது” ஆம்... எண்ணம், சொல், செயல் இவை அனைத்தும் ஒன்றாக இருப்பின் மனத்தூய்மை இருக்கும். மனத்தூய்மை இருப்பின் இறைவன் அங்கு வாழ்வது உறுதி.

நான் இளம் வயதில் மிகுந்த ஆன்மீக தேடுதலில் இருந்தபோது ஆன்மீகப் பாதையில் இருந்த ஒரு சகோதரர் என்னிடம் “நீ சத்தியத்தை தெரிந்து கொள்ள வேண்டுமா... சத்தியமாக இரு” என்று கூறினார். அவர் கூறிய வார்த்தைகள் என் மனதில் ஆழ பதிந்துள்ளன.

எளியவர்க்கு எளியவன்

பாரதம் ஆன்மீகத்தின் புகலிடம். இந்தப் புண்ணிய பூமியில் தோன்றிய மகான்கள், பெரியவர்கள், ஞானிகள் ஆயிரம் ஆயிரம். இம்மண்ணில் பிறந்த ஒவ்வொரு உயிருக்கும் ஏதோ ஒரு விதத்தில் ஆன்மீகத்தின் ஒரு சிறு துளியாவது வாழ்வோடு கலந்திருக்கும். இது ஆன்மீகம் என்று தெரியாமலேயே பலர் தங்கள் வாழ்வில் ஒரு தெளிவையும் தேடுதலையும் பெற்றிருப்பர். ஏனென்றால் இந்த மண்ணின் மகத்துவம் அப்படியானது. எண்ணற்ற ஞானியரும் யோகியரும் இறைவனை அடைவதற்காக தவம் புரிந்த புண்ணிய பூமி இது. விஞ்ஞானத்தில் மேற்கத்திய நாடுகள் இன்று எப்படி கோலோச்சுகின்றனவோ, அதுபோல உள் விஞ்ஞானத்தில், அகத்தில், ஆன்மீகத்தில்

இந்த மண்ணின் மைந்தர்கள் முத்து எடுத்து, ஒரு மேம்பட்ட நிலையை அடைந்து என்றோ விஞ்ஞானத்தையும் தாண்டி எவ்வளவோ விஷயங்களைக் கண்டறிந்து விட்டனர். அவர்கள் பார்க்காத விஷயம் இல்லை. அவர்களுக்குள் அறியாமை என்று ஒன்று இல்லை. ஆன்மீகம் என்பது உள் விஞ்ஞானம். அதை பலபேர் பலவிதத்தில் அணுகுகின்றனர். இறைவனைத் தங்களது தியானத்தின் மூலமாக தவம் செய்து தேடும் முனிவர்கள் ஒரு பக்கம்... சாதனையே, ஆன்மீக பயிற்சிகளே தங்களின் வாழ்வென்று, மூச்சென்று வாழும் அற்புத சாதகர்கள் மறுபக்கம். விழிப்புணர்வோடு, அறிவோடு இந்த ஆன்மீகத்தை அணுகும் சாதகர்கள் ஒரு பக்கம்... ஒரு குழந்தையின் மனதோடு இறைவனைத் தவிர தனக்கு வேறு எதுவுமே தெரியாது... அவனது அன்பும் அரவணைப்பும் மட்டுமே தனது வாழ்வின் நோக்கம் என்று வாழும் பக்தர்கள் ஒரு பக்கம்... இப்படியாக ஆன்மீக வாழ்வில் உள்ள சாதகர்கள் ஒவ்வொரு நிலையில் உள்ளனர். ஒவ்வொரு விதத்தில் இறைவனைத் தேடுகின்றனர்.

இதுவே இந்த மண்ணின் அற்புதம். அத்தனை பேருமே தங்களுடைய வழியில் சிரத்தையோடு இருந்து அதில் வெற்றியும் கண்டுள்ளனர். அதனால் ஆன்மீகம் என்று கூறும் பொழுது இந்த மண்ணிற்கு ஆயிரம் கதைகள் உண்டு. ஆயிரம் வெளிச்சம் உண்டு. இறைவனைப் பல்வேறு வழிகளில் தேடினாலும் எளிய மனதோடு தங்களின் உணர்வினைப் பயன்படுத்தி இறைவனை அணுகும் பக்தி நிலை என்பது எப்பொழுதுமே மென்மையானது. பெரும்பான்மையான மக்களின் மனநிலை உணர்வினைச் சார்ந்தே உள்ளது. பெரும்பான்மையான மக்கள் தங்களுடைய அன்பின் மூலமாக இறைவனைத் தேடுவதையே தெரிந்தோ தெரியாமலோ தங்களின் பாதையாகப் பெற்றுள்ளனர். அதில் பலர் வெற்றியும் கண்டுள்ளனர். இறைவனைப் பக்தியின் மூலம் அணுகுவது ஒரு அற்புத நிலை. இங்கு இவர்களுடைய பக்தி எளிமையானது. ஒரு சராசரி மனிதனால் புரிந்து கொள்ள முடியாத அளவிற்கு எளிமையானது. அதனால் தானோ என்னவோ பல பேருக்குப் பக்தியின் உண்மை நிலை புரிவதில்லை அல்லது அது அவ்வளவு எளிமையாக இருப்பதினால். அதை ஒரு கேலிக்கூத்தாக பார்க்கின்றனர். ஏனென்றால் ஒரு உண்மையான பக்தன் தன்னுடைய

தன்முனைப்பைக் கீழே இறக்கி வைத்து விடுகிறார். அவரது பேச்சிலோ, செயலிலோ, எந்த அகங்காரமும் இருப்பதில்லை. பணிவு என்பது அவர்களின் சுபாவமாகி விடுகிறது. இப்படிப்பட்ட மனிதர்களை மக்கள் சில நேரம் தாழ்வாக பார்க்கின்றனர். பக்தி!! இந்த வார்த்தைக்கு இந்த பாரத மண்ணில் ஒரு அழகான அர்த்தம் இருக்கின்றது. பக்தி என்றாலே ஒரு மனிதனானவன் தன்னை இந்த மிகப்பெரிய பிரம்மாண்டத்தின் முன்பு ஒரு மிகச்சிறிய உயிராக நினைத்து, இந்த பிரம்மாண்டத்தின் படைப்பின் உண்மையை உணர்ந்து, தான் எவ்வளவு சிறியவர் என்பதைப் புரிந்து கொண்டதினால், தன்னை முழுமையாக இந்த படைப்பிற்கு, படைத்தவனுக்கு அர்ப்பணிப்பதனால், சரணாகதி அடைவதனால் உண்டாவது. ஒருவிதத்தில் பக்தன் ஆனவன் உண்மையை உடனே உணர்ந்து கொள்கிறான். அதாவது இந்த படைப்பே இவ்வளவு பிரம்மாண்டம் எனில் இதைப் படைத்தவன் எவ்வளவு பெரியவனாக இருப்பான்… அவன் முன்பு நாம் யார்? படைத்தவனிடம் நம்மை ஒப்படைப்பது மட்டுமே புத்திசாலித்தனமான முடிவாக இருக்கும் என்று புரிந்து கொள்கிறாரோ என்னவோ, பக்தனானவர் மிக இயல்பாக தன்னைச் சுருக்கிக் கொண்டு இந்த இறை முன்பு மண்டி இடுகிறார்.

ஆன்மீக சாதகர் தன் வாழ்நாள் முழுவதும் தான் தேடி அலைந்து கண்டெடுக்கும் ஒரு விஷயத்தைப் பக்தன் ஆனவர் வெகு இயல்பாக எளிமையாக அடைந்து விடுகிறார். ஆனால் அதற்கு யாருக்குமே கைவர பெறாத ஒன்று வேண்டும். அதுதான் எளிமை. ஒரு மனிதனானவர் தன்னுடைய தன்முனைப்பை வளர்த்துக் கொண்டு இந்த சமூகத்தில் தனக்கென்று ஒரு இடத்தைத் தேடுவது இன்று வெகு இயல்பான காரியம் ஆகிவிட்டது. நிறைய படிப்பது, புகழ் அடைவது, நிறைய சம்பாதிப்பது, தன் திறமைகளை வளர்த்துக் கொள்வது என்று எவ்வளவோ விஷயங்களை மக்கள் இன்று சர்வ சாதாரணமாக நடத்திக் கொண்டு வருகின்றனர். ஆனால் அவர்களுக்குத் தங்களுடைய தன்முனைப்பை முழுவதுமாக கீழே இறக்கி வைத்து, தனக்கு மேல் ஒருவர் உள்ளார்… அவரே தன்னை பார்த்துக் கொள்கிறார் என்பத உணர்ந்து சரணாகதி அடைவது என்பது இயலாத காரியம் ஆகிவிட்டது. அதுதான் படைப்பின்

ஆச்சரியம். படைப்பில் மிக கடினமான விஷயங்கள் மிக எளிமையாக நிறைவேறி வருகின்றன. மனிதனானவன் கடினமான விஷயங்களுக்கு மதிப்பு கொடுத்து அதை நிறைவேற்றிக் கொள்வதில் தன்னை ஈடுபடுத்திக் கொள்கிறான். அதே நேரத்தில் எளிமை, பணிவு போன்ற குண நலன்களுக்கு மனிதனிடம் இன்று அவ்வளவு மதிப்பு இல்லை. அதனால் தானோ என்னவோ பணிவாக இருப்பதற்கும் எளிமையாக இருப்பதற்கும் தன்னை இறைவனிடம் ஒப்படைப்பதற்கும் மனிதன் மிகவும் திண்டாடுகின்றான். ஆச்சரியமாக உள்ளது... இவ்வுலகில் எளிமையான விஷயங்கள் மதிப்பு பெறுவதில்லை.

ஆனால் படைத்தவனுக்கு எளிமை தான் பிடித்து போலும். ஒரு பக்தன் மிக எளிமையான மனதோடு தன்னை முழுமையாக இறைவனிடம் அர்ப்பணிக்கும் பொழுது அவனது அன்பிற்கு இறைவன் அடிமை ஆகிறான். அவனுக்கு அள்ளி அள்ளி கொடுக்கிறான். ஒரு பக்தனைத் தேடி வருகின்றான். ஸ்ரீ ராமகிருஷ்ண பரமஹம்சர் இவ்வாறு கூறுவதுண்டு. "நீ இறைவனை நோக்கி ஒரு அடி எடுத்து வைத்தால் உன்னை நோக்கி அவர் பத்து அடி எடுத்து வைப்பார் என்று". தன்னுடைய உணர்வினைப் பாத்திரமாக்கி, அந்த உணர்வின் மூலமாக தூய மனதோடு இறைவனைத் தேடுபவர் ஒரு ஆனந்த உலகில் சஞ்சரிக்கின்றார். அவருக்கு தன்னுடையத் தொழில், தன்னுடைய கௌரவம், இந்த உலகில் தனக்கென்று ஒரு இடம் இவை அனைத்தையும் விட இறைவனுடைய மனதில் தனக்கென்று ஒரு இடம்... அதுவே அவர் வேண்டுவது... அதற்கே தன் வாழ்நாளை அர்ப்பணிக்கின்றார். எப்பொழுதுமே பக்தன் ஆனவர் இரவும் பகலும் அயராது இறைவனுடைய அன்பிற்காகவும் அருளுக்காகவும் ஏங்குகின்றார். ஏதோ ஒரு விதத்தில் இறையின் அருளை தான் ஸ்பரிசிக்கும் போது, உணரும் பொழுது ஒரு பக்தர் மெய்சிலிர்த்துப் போகிறார். அந்த ஆனந்த உணர்வில் எப்பொழுதும் லயித்திட விரும்புகின்றார். இதை தவிர இந்த உலகில் தனக்கு வேறு எதுவுமே தேவையில்லை என்று நினைக்கிறார். ஏனென்றால் அந்த பக்தர் இந்த உலகமானது நிலையற்றது, இறைவன் ஒருவனே நிலையானவன் அதனால் அவன் காலடியில் அமர்ந்து அவனுடைய நினைவில் வாழுவதை விட தனக்கு பெரியது ஒன்றுமில்லை என்று நினைப்பதனால்

அவர் இந்த உலகத்தில் வேறு எதையுமே நாடுவதில்லை. அதனால் ஒரு பக்தனின் மனநிலை மற்றவர்களுக்கு அவ்வளவு புரிய வாய்ப்பில்லை. ஏனென்றால் இன்றைய காலகட்டத்தில் மக்களினுடைய மனநிலை தர்க்க அறிவிற்கு அடிமையாகி விட்டது. எதற்கும் ஏன், என்ன என்று கேள்வி கேட்கும் மனநிலை வந்து விட்டால் அவர்கள் எல்லாவற்றிற்குமே ஒரு காரணம் உள்ளது. ஒரு பதில் வேண்டும் என்று நினைக்கின்றனர்.

ஆனால் இந்த மொத்த பிரபஞ்சமே நமக்கு ஒரு ஆச்சரியம்தான். இந்த பிரபஞ்சமும் படைப்புமே இறைவன் இருக்கிறான் என்பதற்குச் சாட்சியாக உள்ளது. இந்த படைப்பின் மகத்துவத்தை ஒரு முறை கூர்ந்து பார்த்து விட்டால், நாம் எவ்வளவு சிறியவர் என்பதை மனமார நாம் உணர்ந்து விட்டால் அதன் பின்பு இறைவனிடம் சரணாகதி அடைவது என்பது நமக்கு மிக கடினமான செயல் அல்ல. நம் நாட்டில் அன்பின் மூலம் இறைவனை அடைந்த ஸ்ரீ ராமகிருஷ்ண பரமஹம்சர், மீராபாய், அக்கமா தேவியார் இவர்களைப் பார்க்கலாம். இவர்களுடைய வாழ்வானது சாதாரண மனிதருக்கு சாத்தியமே இல்லாத ஒன்று, இது போன்ற மனிதர்கள் அவதாரங்கள், நம்மால் அப்படி இருக்க முடியாது என்று மக்கள் நினைக்கின்றனர். ஆனால் உண்மையில் ஒவ்வொரு மனிதனுக்கும் தன்னுடைய உணர்வு என்பது தனக்கான ஒரு பாத்திரம். அந்த உணர்வின் மூலமாக இந்த மனதைத் தூய்மையாக்கி தன்னை இறைவனிடம் முழுமையாக அர்ப்பணிக்க ஒரு வாய்ப்பு உள்ளது. இது யாரோ ஒருவருக்கு மட்டும் சாத்தியமல்ல. அவரவர்க்கு என்று ஒரு பாதை உள்ளது. எப்பொழுதும் நாம் நமது உணர்வுகளின் மீது, நமது அன்பின் மீது சந்தேகம் கொண்டால் பின்பு இதற்கு எந்த வாய்ப்பும் இல்லை. வழியும் இல்லை. அதனால் ஒரு பக்தன் ஆனவன் தன் அன்பின் மீது முதலில் நம்பிக்கை வைக்க வேண்டும். தான் இறைவனிடம் கொண்ட அன்பானது நிச்சயம் தன்னை அவனிடம் சென்று சேர்க்கும் என்பதில் அவர் அயராத நம்பிக்கை வைக்க வேண்டும். ஒரு பெற்றோருக்குத் தாங்கள் குழந்தைகள் மீது வைக்கும் அந்த அன்பின் மீது என்றும் சந்தேகம் வருவதில்லை. அதுபோலத்தான். ஒரு பக்தன் ஆனவன் தான் இறைவனிடம் வைக்கும் அன்பின் மீது மிகுந்த நம்பிக்கை வைக்க வேண்டும். முதலில் தன்னை அந்த

இறைவனிடம் அர்ப்பணிக்க தயார் செய்து கொள்ள வேண்டும். ஒரு தூய்மையான பாத்திரத்தில் தான் இறைவனுக்கு நாம் அமுது படைக்க முடியும். அதுபோலத்தான் ஒரு பக்தனுடைய உடலும் மனமும் ஒரு பாத்திரம் போல. யார் ஒருவர் அதனைத் தூய்மையாக வைத்துக் கொள்கின்றாரோ அந்த இடத்தில் இறைவன் தானே வந்து குடி கொள்கிறார். ஒரு மிகச்சிறந்த பக்தர் அதை உணர்ந்து கொள்கிறார்.

இந்த உலகத்தில் எவ்வளவோ பகட்டான விஷயங்கள் இருப்பினும், அந்த பக்தரானவர் தன்னுடைய கருவியான, பாத்திரமான இந்த உடலையும் மனதையும் தூய்மையாக வைத்துக் கொள்ள வேண்டும் என்பதிலேயே முன்முனைப்போடு இருக்கிறார். அதை தவிர இந்த உலகில் செய்வதற்கு முதன்மையான வேலை வேறு எதுவும் இல்லை, அதை அடுத்து தான் மற்றவை எல்லாம் என நினைக்கின்றார். தன்னைத் தயார் செய்து கொள்வதில் அவர் எப்பொழுதும் உறுதியாக இருக்கிறார். தூய்மையான மனது இங்கு மிகவும் அவசியம். மிகவும் எளிமையான, கண்ணுக்கே தெரியாத மிக ஆனந்தமான வாழ்க்கை என்பது ஒரு பக்தனுடையது. எவ்வளவோ பக்தர்கள் இதுபோல தங்களுடைய உள்ளத்திலேயே ஒரு கோவில் அமைத்து அங்கு இறைவனை அமர்த்தி சத்தமே இல்லாமல் ஆர்ப்பாட்டம் இல்லாமல் ஒரு சாம்ராஜ்யத்தில் வாழ்ந்து கொண்டிருக்கின்றனர். அங்கு ஆடல் உண்டு... பாடல் உண்டு... அன்பு உண்டு... நேர்மை உண்டு... பரவசமும் உண்டு. அந்த சாம்ராஜ்யத்தில் நாம் காலடி வைக்க நமக்குள் மிகவும் பணிவும் பக்தியும் தூய்மையும் மட்டுமே வேண்டும். அது ஒரு சொர்க்க பூமி. அங்கு ஒரு பக்தனானவர் எந்நேரமும் தனக்குள் இறை உணர்வில் இலயித்து நிற்கின்றார். தனக்குள்ளே அவர் இறைவனை நினைத்து ஆடுவதிலும், பாடுவதிலும், மெய்மறந்து போவதிலும் மகிழ்வுறுகின்றார். இறைவனைத் தனது குருவாக, கணவனாக, குழந்தையாக, தாயாக பல பாவங்களில் காண்கிறார். தன்னுடைய அந்த பக்தி பெருக்கினால் வரும் அந்த பரவசத்தை மற்றவர்களுக்கும் அவர் பகிர்ந்து அளிக்கின்றார். அவர் செல்லும் இடமெல்லாம் அவருடைய தூய்மையான மனதினால், பார்வையினால் செயல்களினால், பேச்சினால் மற்றவரையும் மகிழ்விக்கின்றார். ஒரு பக்தனோடு

வாழும் அந்த நாட்கள் மிகவும் அற்புதமானவை. ஏனென்றால் ஒரு பக்தனானவர் தெரிந்தோ தெரியாமலோ தன்னை சுற்றியுள்ள அந்த சூழ்நிலையையும் தூய்மைப்படுத்துகிறார். பரவசப்படுத்துகிறார். ஆனால் இன்று பலருக்கு பக்தி என்பது சாத்தியமே இல்லாத ஒரு விஷயமாகிவிட்டது.

அது உண்மையில் அப்படியல்ல. நான் பல நேரம் இவ்வாறு நினைப்பதுண்டு. ஏன் எப்பொழுதும் இந்த ஆன்மீகம் என்பது மிகுந்த முயற்சியினால் வரக்கூடிய ஒரு விஷயமாக இருக்க வேண்டும்... ஏன் ஆன்மீகம் என்பது ஒரு எளிமையான விஷயமாக இருக்கக் கூடாது... நாம் இந்த இறைவனால் படைக்கப்பட்ட ஓர் உயிர்... அப்படி இருக்க இறைவனோடு நமக்கு எல்லா உரிமையும் உள்ளது. இந்த பிரபஞ்சம் என்பது இறைவனின் ஓர் அம்சமாக இருக்கும்போது உண்மையில் ஒவ்வொரு உயிருக்கும் அந்த இறையோடு தொடர்பு கொள்ள, அவனை அடைய உரிமையுள்ளது. அப்படி இருக்க முழு முயற்சியோடு முழு மனதோடு ஒரு உயிரானது இறைவனை அறிந்து கொள்ள வேண்டும் என்று ஏங்கும் பொழுது, எந்த காரணத்திற்காகவும் இறைவன் ஒரு பக்தனைப் புறக்கணிப்பதில்லை. நாம் வேண்டுவதெல்லாம் முழுமையான ஏக்கமும், பக்தியும் மட்டுமே. இந்தப் பிரபஞ்சத்தில் ஒரு சிறு காரியத்தைச் சாதிக்க வேண்டும் என்றால் கூட அதில் நமக்கு ஒரு அர்ப்பணிப்பு உணர்வும், முழுமையான ஈடுபாடும் தேவை. அப்படி இருக்க இந்த உலகையே படைத்த அந்த படைத்தவனை, நாம் அணுகும் பொழுது நமக்குள் அந்த முழுமையான சரணாகதி இல்லை என்றால் பின்பு எப்படி சாத்தியம்...

ஒருமுறை சக்சங்கத்தில் குருவானவர் அனைவரிடம் பேசிக்கொண்டிருந்தார். அந்த நேரம் அனைவருக்கும் அவரிடம் தங்களது கேள்வியை எழுப்ப ஒரு வாய்ப்பு தரப்பட்டது. அப்போது என் முறை வந்தபோது நான் ஒரு காகிதத்தில் எனது கேள்வியை எழுதினேன். அது இவ்வாறு இருந்தது. அது என்னவென்றால் 'சத்குரு...இந்த உலகத்தில் ஆன்மீகம் என்பது ஒரு நீண்ட நாள் பயணமாக, மிகவும் போராட்டம் மிகுந்ததாக இருக்கின்றது. ஆனால் உண்மையில் ஒரு உயிருக்கு இந்த ஆன்மீக தேடுதல் என்பது ஒரு அடிப்படையான விஷயமாக இருக்கும் பொழுது, ஓர் உயிரானது மிகவும் மன

ஏக்கத்தோடு அதை அணுகும் பொழுது அது ஏன் எளிமையாக ஒரு மனிதருக்குக் கிடைக்கக் கூடாது' என்ற பொருளில் இருந்தது. அதாவது உண்மையான தாகமும் தேடுதலும் இருக்கும் ஒருவருக்கு ஆன்மீகம் என்பது இவ்வளவு பெரிய போராட்டமாகவோ, பயணமாகவோ இருக்க தேவை இல்லை என்ற பொருளில் அது இருந்தது. அந்த கேள்விக்கு நேரடியாக எனக்கு விடை அளிக்கப்படவில்லை. ஆனால் அந்த சத்சங்கம் முடியும் தருவாயில் குரு எழுந்து கிளம்பும்பொழுது அவரது கழுத்தில் அணிந்திருந்த பூமாலையில் ஒரு மலரானது உதிர்ந்து கீழே விழுந்தது. அது என் கண்களில் பட்டது. உடனே நான் அவர் அந்த இடத்தை விட்டு கிளம்பிய உடன் ஓடிச் சென்று அதை எடுத்துக் கொண்டேன். அதை பல நாட்கள் நான் பொக்கிஷமாக பாதுகாத்து வைத்திருந்தேன். அன்று எனக்கு அவரின் ஆசிர்வாதம் கிடைத்தது. என் கேள்விக்குப் பதில் கிடைத்தது என்றும் நான் நினைத்தேன்...

ஆம்... ஆன்மீகம் என்பது எல்லோருக்கும் சாத்தியமான ஒரு விஷயமே! மனிதனானவன் மிக எளிமையான மனதோடு இறைவனை அணுகும் போது அங்கு உடனே அவனுக்கு விடை கிடைக்கின்றது. ஒரு மனிதன் இந்த உலக விஷயங்களில் அதிகம் ஈடுபாடு கொண்டு தன்னைச் சுற்றிலும் பல சுவர்கள் கட்டிக் கொள்கிறார். அதன் பின்பு எங்கோ ஒரு மூலையில் ஆன்மீக தேடுதலை வைத்துக் கொள்கிறார். அப்படி இருக்கும்போது நிச்சயம் அது அவருக்குச் சாத்தியம் இல்ல. அதே நேரத்தில் இந்த உலகில் உள்ள அத்தனை விஷயங்களையும் விட ஒரு மனிதனுக்கு இறைவனே பெரியவர, அவரைத் தெரிந்து கொள்வது மட்டுமே வாழ்க்கைக்கு அர்த்தம் தரக்கூடிய விஷயம் என்பதை ஒருவர் புரிந்து கொள்ளும் பொழுது தேவையற்ற அர்த்தமற்ற உலக சமாச்சாரங்கள் அவரை விட்டு விலகி விடுகின்றன. எனில் இந்த மனமானது தானே தூய்மை அடைந்து விடுகின்றது. தூய்மையான மனதோடு, பணிவோடு, மிகுந்த ஏக்கத்தோடு ஒரு மனிதன் இறைவனை நாடும் பொழுது அங்கு நிச்சயம் அவர் குடி கொள்கிறார். பல நேரம் பக்தர்கள் மிக எளிமையானவர்களாகவே இருக்கின்றனர். அவர்களால் இந்த உலக வாழ்வில் மிக திறமையாக செயல்பட முடிவதில்லை. ஆனால் அதற்காக பக்தர்களால் என்றுமே

இந்த உலக விஷயங்களில் சாமர்த்தியமாக ஈடுபட முடியாது என்று அர்த்தமல்ல. அவர்களால் இரண்டு விஷயங்களையும் ஈடுபாட்டோடு செய்ய முடியும். இறைவனிடம் தனது இதயத்தை அர்ப்பணித்துவிட்டு தனது கைகளின் மூலமாக இந்த உலக விவகாரங்களை மிக சிறப்பாக கையாளும் எத்தனையோ ஆன்மீகச் சாதகர்களை நான் பார்த்திருக்கிறேன். அதே நேரத்தில் ஒரு பக்தன் தனக்கு இந்த உலகில் மிகப்பெரிய இடம் வேண்டும், கௌரவம் வேண்டும் என்று நினைப்பதே கிடையாது.

எத்தனையோ பக்தர்கள் தங்களுடைய மனதில் இறைவனை நிறுத்தி அவனுடைய நினைவில் தம் வாழ்நாளைக் கழிக்கின்றனர். அவர்களுக்கு இந்த உலகில் ஒரு பெரிய இடம் இல்லை எனினும் அதற்காக அவர்கள் ஏங்குவதில்லை. இருப்பினும் அந்த பக்தனின் இருப்பு அவரை சுற்றியுள்ள அந்த சூழ்நிலையை சிறப்பாக்கி விடுகிறது. தூய்மையாக்கி விடுகிறது. ஆனந்தம் ஆக்கி விடுகிறது. ஒரு பக்தனின் வாழ்க்கைக்கு ஈடு இணை இந்த உலகில் எதுவும் இல்லை. ஏனென்றால் ஒரு பக்தன் மனதில் தான் இந்த உலகில் எதையாவது இழந்து விடுவோமோ என்ற பயம் கிடையாது. அவர் எப்பொழுதும் முழு மனதோடு இறைவன் நினைவில் இருக்கிறார். அதனால் அவர் செய்யும் அனைத்து செயல்களிலும் ஒரு தூய்மை இருக்கிறது. உண்மை இருக்கிறது. ஒரு பக்தனுக்கு வாழ்வில் வேறு எதுவுமே தேவையில்லை. அவர் அனைத்தையும் தனது பக்தியில் கண்டு கொள்கிறார். வாழ்வைப் பற்றிய பயம் இல்லை. ஒருவர் ஞானம் அடைந்து விட்டால் கூட பின்பு அவருக்கும், இறைவனுக்கும் மிகப்பெரிய வித்தியாசம் இல்லை என்றாகி விடுகிறது. அங்கு ஒரு பக்தனின் மனநிலை இருப்பதில்லை. ஆனால் உண்மையில் ஒரு பக்தனுக்கு மட்டுமே அந்த ஆனந்தம் கிடைக்கின்றது. பக்தி நிலை என்னும் ஆனந்தம். அதனால் நான் எனது கவிதையில் இவ்வாறு எழுதி உள்ளேன். அது என்னவென்றால், "இறைவா! நான் ஆன்மீகத்தின் மிக உயர்ந்த நிலைக்கு சற்று ஒரு படி கீழே இருக்க வேண்டும். ஏனென்றால் அப்போதுதான் எனக்கும் உனக்கும் ஒரு இடைவெளி இருக்கும். அப்போதுதான் நான் உன்னை மனமார நினைத்து ஆனந்திக்க முடியும். உன்னை பூஜிக்க முடியும். உனக்கு மலர்கள் அர்ப்பணிக்க முடியும். அந்த

ஆனந்தத்தினை நான் இழக்க விரும்பவில்லை. அதனால் நான் என்றும் உன் பக்தனாக இருக்கவே விரும்புகின்றேன். அதனால் நான் எப்போதும் அந்த உயர்ந்த ஆன்மீக நிலைக்கு ஒரு படி கீழே இருக்கவே விரும்புகின்றேன்" என எழுதி உள்ளேன்.

ஆம்... பக்தனின் ஆனந்தம் அத்தகைய சிறப்புமிக்கது. அதனால் தானோ என்னவோ பக்தி நிலை என்பது மிகப்பெரிய சாமர்த்தியம் என்று கூட பலர் சொல்வதுண்டு. எனவே இந்த பக்தியை உணர்ந்து கொள்வோம்! பக்தர்களை வணங்குவோம்! பக்தர்களாவோம்!

விடாமுயற்சியும் காத்திருத்தலும்

இந்த உலகவாழ்வில் கூட நாம் ஒரு செயலில் வெற்றியடைய வேண்டும் என்றால் உடனே அது கிடைத்து விடுவதில்லை. பலமுறை அதற்காக போராடுகின்றோம். அதற்கு விடாமுயற்சி என்று பெயர். முயற்சி என்பது எந்த ஒரு விஷயத்திலும் தேவைப்படுகின்றது. ஆன்மீகத்திலும் அப்படித்தான். இந்த ஆன்மீக வாழ்வு என்பதே தம்மை தானே செதுக்கி கொள்வது... திருத்திக் கொள்வது... அப்படி இருக்கும்போது அது ஒரே ஒரு நாளில் நடைபெற வாய்ப்பு குறைவு. ஒரு மனிதன் தன் வாழ்நாள் முழுவதும் தனக்குள் தன்னையே பார்த்துக் கொண்டு, தான் ஏற்படுத்திய ஓட்டைகளை, தானே அடைத்து இந்த வாழ்வில் முன்னேறுகிறார். இதுவே ஆன்மீக வாழ்வு... ஆம்... இந்த ஆன்மீக வாழ்வு என்பது பக்தி, சாதனா, விழிப்புணர்வு என பல நிலைகளில் இருந்தாலும், அடிப்படையில் என்று ஒரு மனிதர் தன்னைத்தானே திருத்திக் கொண்டு தன் உள்நிலையைத் தூய்மையாக வைத்துக் கொள்கிறாரோ அங்கு தான் வளர்ச்சி என்பது இருக்கிறது. இது ஒரு நீண்ட பயணமாக கூட இருக்கலாம். அப்போது ஒரு மனிதனுக்கு மிக பொறுமை தேவைப்படுகிறது. தன்னைத் தானே திருத்திக் கொள்ளும் பொழுது பல நேரங்களில் சாதகர் துவண்டு விடலாம். எத்தனை நாட்களுக்கு இந்த போராட்டம் என்றுகூட நினைக்கலாம். உண்மையில் அது ஒரு போராட்டம் அல்ல. அது ஓர் ஆனந்தமான பயணம். நம்மை நாமே திருத்திக் கொள்ளும் பொழுது நிச்சயம் நாம் அடுத்த நிலைக்கு செல்கின்றோம். எனில் நிச்சயம் நாம் ஆனந்தத்தின் அடுத்த படியை அடைகின்றோம். இதை உண்மையில் ஒரு சாதகர் உணரும் பொழுது சலிப்பு என்பது ஏற்படுவதில்லை.

இந்த வாழ்வானது, ஆன்மீகப் பயணமானது ஒரு போராட்டமாக தெரிவதில்லை. இருப்பினும் பல நேரங்களில்

வருடங்கள் தாண்டி ஒரு சாதகர் தனது சாதனாவில் இருக்கும் பொழுது ஒரு நிலையில் சலிப்பு ஏற்பட்டு விடுகின்றது. மனம் துவண்டு போய்விடுகின்றது. இந்த நேரத்தில் ஒரு சாதகர் மற்றவரிடம் எப்படி கருணையோடு இருக்கின்றாரோ, அதேபோல தன் மீதும் அந்த கருணையைக் காட்ட வேண்டும். ஆம்... முதலில் நம்மை நாமே கருணையோடு பார்க்க வேண்டும். எத்தனை வேதனைகள், வலிகளோடு இந்த வாழ்க்கையை நாம் பார்த்துள்ளோம். நம்மை நாமே திருத்திக் கொள்ள முயன்று உள்ளோம். நிச்சயம் இந்த உயிரும் மகத்துவமானது தான். இந்த உயிருக்கு இறைவனை அடைய எல்லா சாத்தியங்களும் உள்ளன என்று நாமே நமக்கு நினைவு கூற வேண்டும். ஒரு கட்டத்தில் இதற்கு மேல் நமக்கு முயற்சிக்க ஒன்றும் இல்லை என்ற நிலை கூட பல சாதகர்களுக்கு ஏற்படலாம். அந்த நேரத்தில் பொறுமை என்பது மிக அவசியம். நம்மை நாமே எப்போதும் வருத்திக் கொள்வதை விட, நாம் கடந்து வந்த பாதை, நமது நிலை என்ன என்பதை புரிந்து கொண்டு சில நேரம் நாம் அமைதியோடு காத்திருப்பது மிக அவசியம். காத்திருத்தல் என்பது உண்மையில் அவ்வளவு சுலபம் அல்ல. நாம் இந்த உலக வாழ்வில் சிறிய சிறிய விஷயங்களுக்காக கூட காத்திருக்கும் போது நமக்கு பொறுமை என்பது நிச்சயம் இருப்பதில்லை. காத்திருக்கும் போது மட்டும் தான் இந்த நேரத்தின் அருமை நமக்கு புரிகிறது. எனில் ஆன்மீக வாழ்வில் இறைவன் ஒருவன் இருக்கின்றான். அவன் வந்து நம்மை ஆதரிப்பான் என்ற ஏக்கத்தில், நம்பிக்கையில் ஒரு சாதகன் காத்திருப்பது என்பது மிகப்பெரிய விஷயம். ஆனால் இங்கு அந்த சாதகனுடைய நம்பிக்கையானது அசாத்தியமானது... என்றும் ஒரு உண்மையான ஆன்மீகச் சாதகருக்கு இறைவன் இருக்கிறானா, இல்லையா என்ற சந்தேகம் வருவதில்லை. அதனால் அந்தப் பாதையில் காத்திருத்தல் என்ற நிலைக்கு ஒருவர் வரும்பொழுது நிச்சயம் அவர் மனம் பக்குவப்பட்டு விடுகிறது. விரத்தியில் அவருடைய மனம் பின் செல்வது கிடையாது.

அதே நேரத்தில் இறைவனை நெருங்க நெருங்க ஒருவருடைய வாழ்வானது பரிசுத்தமடைகிறது. ஆனந்தம் என்பது அங்கு இயல்பாக வந்து விடுகிறது. எனில் அந்த

பாதையே அவருக்கு ஓர் ஆனந்தத்தையும் அமைதியையும் தந்து விடுகின்றது. பலர் அதை கொண்டாடுகின்றனர். மற்றவர்களுக்குப் பகிர்ந்தளிக்கின்றனர். இவர்களுடைய அன்பானது கருணையாக மடைமாற்றம் பெறுகின்றது. இந்த உலக உயிர்களுக்காக வாழ வேண்டும், தொண்டு செய்ய வேண்டும் என்ற நிலை உண்டாகிறது. தெரிந்தோ தெரியாமலோ ஒரு சாதகர் காத்திருத்தல் என்ற நிலைக்கு வரும் பொழுது தானாக பக்தி நிலைக்கு வந்து விடுகிறார். அவர் கடுமையான ஆன்மீகப் பயிற்சிகளைச் செய்பவராக இருக்கலாம், விழிப்புணர்வு பாதையில் செல்பவராக இருக்கலாம், தவம் பல புரிந்தவராகவும் இருக்கலாம்... ஆனால் ஒரு நிலையை அடைந்த பிறகு இதற்கு மேல் ஒன்றும் இல்லை என உள்ளே உணரும் பொழுது அந்த சாதகர் தானாக பக்தி நிலைக்கு வந்து விடுகிறார். தாமாக அவரது கண்களில் கண்ணீர் பெருகுகிறது... இறைவனை நினைத்து. இதற்கு மேல் என்ன இருக்கின்றது, நான் வெறும் கையோடு உனக்காக காத்து நிற்கின்றேன் என்ற ஒரு மனநிலை ஏற்படுகின்றது. அவர் முயற்சி இல்லாமலேயே தாமாக அவரது கண்களில் கண்ணீர் பெருகுகிறது. ஒரு சாதகர் தனது இறுதி நாட்களில் ஒரு பக்தனாக மாறியே இறைவனை அடைகிறார். எனவே காத்திருத்தல் என்பது ஒரு அற்புதநிலை. இந்த நிலையில் ஒரு சாதகர் எல்லா விஷயத்திலும் மெருகேறி விடுகின்றார். அவரது பாதையில் இனி அவர் திரும்பி பார்க்க ஒன்றுமே இல்லை. எந்த ஒரு சூழ்நிலையிலும் அவர் தனது பாதையில் கீழே விழமாட்டார். தன்னைச் சுதாரித்துக் கொண்டு மேலும் மேலும் அடுத்த படிக்கே அவர் செல்ல முடியும். ஏனென்றால் தனது விடா முயற்சியினாலும், தனக்கு கிடைத்த அனுபவங்களினாலும், தனது நேர்மையினாலும் ஒரு சாதகர் தன்னைத் தானே திருத்திக் கொண்டு இந்த வாழ்வில் முன்னேறும் பொழுது நிச்சயம் ஒரு கட்டத்தில் அவர் பக்குவப்படுகின்றார். அது நிச்சயம் அவருடைய அகங்காரம் அல்ல.அவர் தனக்குள் ஒரு ஆழமான தெளிவை பெற்று விடுவதால். இனி அவருக்குப் பின்னடைவு என்பதே கிடையாது. இருப்பினும் அந்த சாதகருக்கு அங்கு பணிவே நிலைத்திருக்கும். அதுவே அவரின் வளர்ச்சிக்கான அடையாளம்.

ஆகையால் ஆன்மீக வாழ்வில் விடாமுயற்சி என்பது நிச்சயம் அவசியம். ஏனென்றால் இதை விடுத்து நாம் வேறு எங்கு செல்வோம். இந்த வாழ்வின் மிக உன்னதமான ஒரு நோக்கத்தை கையில் எடுத்துக் கொண்ட பிறகு, ஒரு உண்மையைத் தெரிந்து கொண்ட பிறகு வேறு எந்த விஷயமும் ஒரு சாதகர்க்கு நிறைவை தருவதில்லை. ஆகையால் எப்பொழுதெல்லாம் ஒரு சாதகர் மனம் தளர்ந்து விடுகிறாரோ அப்போது தன் மீதே கருணை கொண்டு சற்று நிதானித்து ஓய்வெடுத்து மீண்டும் தனது பாதையைத் தொடர வேண்டுமே தவிர அங்கு பின்வாங்கும் நிலை இல்லை. ஒவ்வொரு சாதகரும் இந்த பாதையில் தனக்கான வழியைத் தாமே தேர்ந்தெடுக்கின்றனர். இங்கு அனைவருக்கும் பொதுவான ஒரு வழி இல்லை. இந்த பயணத்தில் ஒருவரோடு ஒருவர் ஒப்பிட்டுக் கொள்ள ஒன்றுமில்லை. அனைவரும் சென்று சேரும் இடம் ஒன்றாக இருப்பினும் பாதை என்பது வேறுபடுகிறது. அதனால் ஒரு சாதகர் தனக்குள் மிகுந்த நேர்மையோடும், விடாமுயற்சியுடனும் இந்த பாதையில் பயணிக்க வேண்டும். தீர்ப்பு சொல்பவன் இறைவன் என்பதால் நமக்கு இங்கு எந்த சந்தேகமும் தேவையில்லை. இறைவனே அனைவருக்கும் பெரியவன்... நியாயமானவன்... ஒன்றை எப்பொழுது, யாருக்கு, எப்படி கொடுக்க வேண்டும் என்று அவனுக்கு தெரியும். அதனால் நாம் இங்கு ஏமார்ந்து போக வழியே இல்லை. நமது உண்மையும் நேர்மையும் இங்கு பேசப்பட வேண்டும். ஆகையால் விடாமுயற்சியோடும் கருணையோடும் இந்த பாதையில் பயணிப்போம்! மிகுந்த அன்பை மனதில் நிறைத்து அவனுக்காக காத்திருப்போம்!

என் வசந்த காலங்கள்

ஒரு ஆன்மீக சாதகருக்கு விழிப்புணர்வு என்றால் என்னவென்று தெரிந்தவுடன் அவரது வாழ்வே வசந்தமாகிவிடுகின்றது. ஒரு குறிப்பிட்ட விஷயம், ஒரு குறிப்பிட்ட நிகழ்வு என்பது மட்டுமே அவருக்கு இன்பம் என்று இல்லை. வாழ்வின் அத்தனை நாட்களிலுமே அவர்கள் மிகுந்த தெளிவோடும் விழிப்புணர்வோடும் இருப்பதால் எல்லா நாட்களையும் ஒன்று போலவே பார்க்கின்றார். ஆனந்தத்தை அனுபவிக்கின்றார். இருப்பினும் நமது வாழ்வின் ஒரு சில நிகழ்வுகள், விஷயங்கள் நிச்சயம் நம்மால் ஒரு பொக்கிஷம் போல் பாதுகாத்து வைக்கப்படும். நினைத்து நினைத்து சிலாகிக்கப்படும். அப்படிப்பட்ட நாட்கள் என் வாழ்விலும்

உள்ளன. என் குருவுடன் நான் இருந்த நாட்கள் அவை. குரு என்பவர் நம்மை விட்டு வெகு தொலைவில் இருந்தாலும் நாம் அவரை உணர முடியும் என்பது உண்மையாக இருப்பினும், நமது ஆரம்ப நாட்களில் நமது குருவுடன் நாம் இருக்கும்போது நமக்கு கிடைக்கும் அனுபவம் என்பது முற்றிலும் வேறு. குருவின் தரிசனம், குருவின் இருப்பு இவற்றில் நம் பொழுதைக் கழிப்பது என்பது அத்தனை ஆனந்தமானது. குருவின் இருப்பு என்பது நம்மை முற்றிலும் ஆன்மீக உலகத்தின் உச்சத்திற்கு எடுத்துச் செல்வது. பல நேரங்களில் அவர் பேசுவது நமக்குப் புரியவில்லை எனினும் அவரது இருப்பில் அமர்ந்திருக்கும் போதே அற்புதமான ஆன்மீக அதிர்வுகளைப் பெற முடியும். பலநேரம் அவருடைய பேச்சு, அவருடைய உடல் மொழி, நகைச்சுவை, அவரது பேச்சில் உள்ள மனித நேயம், உயிர்கள் மீதான கருணை இவற்றில் முற்றிலும் நாம் கரைந்து போய்விட முடியும்.

எனது குருவானவர் என்றுமே எனக்கு தனி சிறப்பு மிக்கவர். குருவின் பேச்சில் இருக்கக்கூடிய பொருள் என்ன என்று காண்பதை விட அவரைப் பார்ப்பதே, அவரது இருப்பில் இருப்பதே எனக்கு ஆனந்தமாக இருந்தது. எல்லாம் வல்ல இறைவன், இந்த மொத்த பிரபஞ்சத்திற்கும் காரணமானவன், அனைத்தும் அறிந்தவன், அவனே நம் கண் முன் ஒரு உடல் எடுத்து குருவாக அமர்ந்திருக்கும் போது பல நேரங்களில் ஆரம்ப நாட்களில் என்னால் அதை நம்ப கூட முடியவில்லை. என் முன் அமர்ந்திருப்பவருக்கு எல்லாம் தெரியுமா? இந்த படைப்பு அனைத்தையும் அறிந்தவரா, இறைவனை அறிந்தவரையே நாம் கண்ணால் கண்டுவிட்டோமா... இது போன்ற ஆச்சரிய மனதுடனேயே நான் இருப்பேன். குரு உடன் இருக்கும் பொழுது நம்மை அறியாமல் நாம் அதிகபட்ச விழிப்புணர்வுடன் இருப்போம். அவருடைய சத்சங்கத்தின் போது நமது மனம் மிக இலகுவாகி விடுகின்றது. மிக கடினமான, இறுக்கமான விஷயங்கள் கூட அப்போது தளர்ந்து போகின்றன. நம்மை நாமே திருத்திக் கொள்ள தயாராக இருக்கிறோம். எத்தனை சச்சங்கங்கள்! எத்தனை தரிசனங்கள்! ஒவ்வொரு தரிசனத்திலும் ஒவ்வொரு மாற்றம்! எத்தனையோ முறை குருவின் சன்னதியில், இருப்பில் அமர்ந்து மனமுருக அழுதுள்ளேன்.

இந்த மனதைத் தூய்மையாக்கியுள்ளேன். ஒரு குழந்தை போல மாறி உள்ளேன். அந்த கணம் மற்றவர்களிடம் உள்ள குறைகளை விட என்னிடத்தில் இருக்கும் குறைகள் தான் என் கண்களுக்குத் தெளிவாகத் தெரியும். சில நேரம் என் தவறுகள் உறுத்தலாக இருக்கும் போது அதை மாற்றிக் கொள்வதைத் தவிர, குருவிடம் சென்று அப்போது கேட்பதற்கோ புலம்புவதற்கோ ஒன்றும் இல்லை எனத் தோன்றும். குருவின் இருப்பு அதிகபட்ச வாழ்வு. ஏனென்றால் அங்கு தான், அப்போதுதான் நான் ஒரு முழு உயிராக பரிணமிக்கின்றேன். அன்பில், தூய்மையில், நேர்மையில் என அத்தனை விஷயங்களிலும் ஒரு குருடன் இருக்கும் பொழுது தான் நான் அதிகபட்ச உயிராக வாழ்கிறேன்.

வாழ்வின் சின்ன சின்ன விஷயங்களை விட்டுவிட்டு, எனது குடும்ப பிரச்சினைகள், தொழில் பிரச்சனைகள், மனம் சார்ந்த பிரச்சனைகள் அனைத்தையும் விட்டுவிட்டு அந்த கணம் இறைவனை மட்டுமே மனதில் நிறுத்தி நான் எப்போது கரையேற போகிறேன் என்று இறைவனுக்காக ஏங்கிய நிமிடங்கள் அற்புதம். மற்ற எந்த நிமிடங்களையும் விட இறைவனுக்காக ஏங்கும் நிமிடங்கள் மட்டுமே உன்னதமானவை. நாம் எவ்வளவு முயற்சித்தாலும் நம்மால் இயலாத எத்தனையோ விஷயங்கள் குருவின் இருப்பில், குருவின் தரிசனத்தில் சாத்தியப்படும். இந்த இடத்தைத் தாண்டி வேறு எங்கும் நமக்கு போக தேவையில்லை, இங்கு நமக்கு வேண்டியது அனைத்துமே கிடைத்துவிட்டது, நிறைவு கிடைத்துவிட்டது என நினைக்கும் பொழுது ஒரு உயிரின் நிலை எப்படி இருக்கும்... அதிகபட்ச அன்போடும் சரணாகதியோடும் குருவின் முன்பு கண்ணீர் மல்க அமர்ந்த நாட்கள் அற்புதமானவை. சத்சங்கம் என்பது அத்தனை மகத்துவம் மிக்கது. ஒத்த கருத்துடைய மனிதர்களுக்கு மத்தியில் வாழ்வின் பிழைப்புக்கான விஷயங்கள் அனைத்தையும் தள்ளி வைத்துவிட்டு முழுக்க முழுக்க இறைவனுக்காக வாழும் நிமிடங்கள் வார்த்தையில் சொல்லிட முடியாத ஆனந்தத்தைக் கொடுத்தவை. அவற்றை என்னால் வார்த்தையில் விளக்கிட இயலவில்லை. குருவின் பார்வை, குருவின் பேச்சு, அவரது கண்டிப்பு, கருணை என அனைத்திலும் மூழ்கி உள்ளோம். ஒருவர் வந்து நான் உன்னைக் கரையேற்றுகிறேன் என்று நமக்காக பொறுப்பேற்கும் பொழுது நமக்கு வேறு என்ன

தேவை உள்ளது... இறைவனுக்காக ஏங்கிய நாட்கள்... அழுத நாட்கள்... அன்பில் கரைந்து, கண்ணீரில் நனைந்து, என்னையே மறந்த நாட்கள் என் வாழ்வின் பொற்காலம்!!

சில நேரம் ஒவ்வொரு முறையும் குருவின் முன்பு மாற்றமே ஏற்படாத ஒரு உயிராக அமர்வதில் எனக்கு விருப்பமில்லை. நான் அப்படியும் நினைத்ததுண்டு. குருவின் முன்பு அமர்வதை விரும்புவதை விட என்னை நான் ஒரு சிறந்த உயிராக மாற்றிக் கொள்வதிலேயே அதிக விருப்பம் கொண்டேன். அதனால் சில நேரம் அவரைத் தவிர்க்க கூட நான் செய்திருக்கிறேன். ஏனென்றால் குருவின் முன்பு அமரும் பொழுது ஒரு அற்புதமான உயிராக இருப்பதும், பிறகு வரும் காலங்களில் மீண்டும் நமது பழைய நிலைக்குத் திரும்புவதும் எனக்கு உடன்பாடான விஷயம் அல்ல. அதனால் சில நேரங்களில் என்னுள் நிறைய மாற்றங்கள் வரவில்லை என நான் நினைக்கும் பொழுது நிச்சயம் நானே கூனி குறுகி அவர் முன் செல்லவே தயங்கி இருக்கிறேன். ஆன்மீக சாதகருக்கு ஒரு குருவினுடைய தரிசனம் என்பது விவரிக்க முடியாத ஒன்று. ஒரு உயிரானது குருவானவர் இருக்கும் இடத்தில் இருக்க வேண்டும் என்று நினைப்பதை விடவும் அவர் நினைத்தபடி நாம் வாழ வேண்டும் என்று நினைப்பதே ஒரு சரியான தெளிவாக இருக்க முடியும். அதனால் ஓர் காலகட்டத்திற்குப் பிறகு என் குருவுடன் நான் இருக்க வேண்டும், அவரது அருகாமையில் இருக்க வேண்டும் என்பது போன்ற விருப்பங்களைக் குறைத்துக் கொண்டேன். அதே நேரத்தில் நான் எங்கு வாழ்ந்தாலும் என் குரு நினைத்து பெருமிதம் கொள்ளும் ஓர் உயிராக நான் வாழ வேண்டும் என்பது இன்று வரை எனது விருப்பம். எனது வரும் நாட்களும் இந்த வாழ்வு முடியும் வரை அந்த ஒரு விருப்பத்தை நிறைவு செய்து கொள்வதற்காகவே இருக்கும். என்றுமே நான் எனது குரு நினைத்து பெருமிதம் கொள்ளும் ஒரு உயிராக வாழ வேண்டும். இந்த விஷயத்தில் நிச்சயம் என்மீது எனக்கு எந்த சந்தேகமும் வந்ததில்லை. என் வாழ்வின் ஒவ்வொரு நிமிடமும் நான் என்னை எப்படி சரி செய்து கொள்ள வேண்டும் என்பதிலேயே செலவு செய்கிறேன். சில நேரம் என்னிடம் கண்டிப்புக் கொண்டு, சில நேரம் என் மீது கருணை கொண்டு என் வாழ்வை திருத்திக் கொள்வது... செம்மைப்படுத்திக் கொள்வது

மட்டுமே ஒரே நோக்கமாக உள்ளது. தன்னையே திருத்திக் கொள்ளாத ஒருவர் மற்றவர்க்குச் சொல்வதற்கு ஒன்றுமில்லை. முதலில் என்னை சரி செய்து கொள்வதை மட்டுமே நான் மிக முக்கியமான படியாக நினைக்கின்றேன். குருவானவர் ஒரு கட்டத்தில் என்னோடு இருக்கிறார்... என் மூச்சில் இருக்கிறார்... பிரிந்தவாறு நான் நினைப்பதில்லை. இனி எனக்கு அதுபோன்ற ஒரு பயமில்லை... குழப்பம் இல்லை... வாழ்வில் எது நடந்தாலும் அது என் குருவின் விருப்பம்... எனது இன்பமான, ஆனந்தமான நாட்களில் என் குருவின் விருப்பத்தால் தான் எல்லாம் நடக்கின்றன என்று கூறும் நான், துன்பமான சூழ்நிலையில் இருக்கும் பொழுதும் இதுவும் என் குருவின் விருப்பமே... என் வாழ்வு மொத்தமும் என் குருவின் விருப்பமே என்று கூறும் பக்குவம் எனக்கு வேண்டும் என்று வேண்டுகிறேன்.

"அவன் அருளாலே அவன் தாள் வணங்கி"

ஆம்... அவனது அடி பணிவதற்குக் கூட அவனுடைய அருள் வேண்டும். இவ்வுலகில் அவனின்றி எதுவும் அசைவதில்லை. அவன் அருளாலே அவன் தாள் வணங்குகின்றேன்.

எழுத்தாளர் பற்றி

திருமதி. பாமா பொன்மணி ஒரு மருத்துவர். இளம் வயதிலிருந்தே ஆன்மீகத்தில் ஈடுபாடு உடையவர். ஆன்மிகம் தவிர சமூக நலன் குறித்த அக்கறை கொண்டவர். ஜாதி, மதம், மொழி கடந்து இவ்வுலகில் உள்ள ஒவ்வொரு உயிரின் ஆனந்தம், பாதுகாப்பு மற்றும் வளர்ச்சி இவை சார்ந்தே நமது நோக்கமும், செயலும் இருக்கவேண்டும் என்பதே இவரின் ஆழமான கருத்து. ஆன்மீக வாழ்வாக இருப்பினும் அல்லது உலகியல் வாழ்வாயினும் ஒருவர் அனுபவம் மூலம் கற்க்கும் விஷயங்களே வாழ்வில் பயனுள்ளதாக இருக்கும் என்று கூறுகிறார். புத்தகம் எழுதுதல், சமூக சேவை மற்றும் மருத்துவ தொழிலின் மூலம் உடல் மற்றும் மன ஆரோக்கியம் குறித்து மக்களிடையே விழிப்புணர்வை ஏற்படுத்துதல் இவற்றில் ஆர்வமுடையவர்.

Email ID: drbhamaponmani@gmail.com

Website: www.drbhama.in

www.ingramcontent.com/pod-product-compliance
Lightning Source LLC
Chambersburg PA
CBHW032019140726
47988CB00017BA/443